AF658979

മഹത്തായ മൃഗശാല

ക്യൂബൻ കവിതകൾ

mahathaya mrugasala **cuban kavithakal** • nicolas guillen • translated by ayyappa panicker • first edition 1984 • first chintha edition september 2000 • third edition june 2008 • published by chintha publishers, thiruvananthapuram • typesetting by nakshathra graphotech, poojappura • distributed by deshabhimani book house • printed at akshara offset, thiruvananthapuram.

cover : shahul aliyar

വിതരണം : **ദേശാഭിമാനി ബുക്ക് ഹൗസ്**
H O തിരുവനന്തപുരം–695 001

ബ്രാഞ്ചുകൾ : തിരുവനന്തപുരം, കൊല്ലം, ആലപ്പുഴ, കോട്ടയം
എറണാകുളം, തൃശൂർ, കോഴിക്കോട്, കൽപ്പറ്റ, കണ്ണൂർ

CR - 789 / 1962

മഹത്തായ മൃഗശാല

ക്യൂബൻ കവിതകൾ

നിക്കോളാസ് ഗിയെൻ

പരിഭാഷ

അയ്യപ്പപ്പണിക്കർ

ചിന്ത പബ്ലിഷേഴ്സ്

തിരുവനന്തപുരം-695 001

വില : 60.00 രൂപ

നിക്കോളാസ് ഗിയെന്

ഇരുപതാം നൂറ്റാണ്ടിൻ തോഴനാം നിക്കൊളാസ്
ഇതു നിനക്കായ് ഞാൻ സമർപ്പിക്കുന്നു.
പെരുതാണീ മൃഗശാലയതിനകത്താണെന്റെ
വെയിലും നിലാവും നിഴലുകളും.
മഹിതമീ മൃഗശാലയതിനുള്ളിലുണ്ടെന്റെ
സഹജർ സഖാക്കളും ശത്രുക്കളും.
വഴിയേറെയേറെ നടന്നവർ നാം പല-
വഴിയമ്പലങ്ങൾ കടന്നുപോന്നോർ.
ഇവിടെയിക്കവിതതൻ തണലിൽ മൊഹീത്തോതൻ
രുചിനോക്കിനോക്കിക്കുടിച്ചിരിക്കെ
ഒരു കണ്ണിൽ തീപ്പൊരിത്തിറയാടി നിൽക്കുന്നു
മറുകണ്ണിലമ്മതൻ കണ്ണുനീരുറയുന്നു.
പെരുവിരൽത്തുമ്പാൽ നാം വിധിയെയമർത്തുന്നു.
പെരുവിരൽമോതിരം പ്രകൃതിക്കു നൽകുന്നു.
അകലത്തു വാഴുമയൽക്കാർ നാമീരാവിൻ
ഇരുതുമ്പും കയ്യാൽ വലിച്ചുമാറ്റി
പുതിയൊരു പകലിന്റെ മൃദുമന്ദഹാസമാം
പുലരിയെ സൃഷ്ടിച്ചിണക്കാവൂ നമ്മൾ
പുതുമക്ക് പുണ്യം പകർത്താവൂ ജന-
മതുകേട്ടുകേട്ടു രസിക്കാവൂ.

അയ്യപ്പപ്പണിക്കർ

മുഖവുര

ക്യൂബയിലെ കാമാഹ്വേയ് പട്ടണത്തിൽ 1902–ലാണ് നിക്കോളാസ് ഗിയെൻ ജനിച്ചത്. പത്രാധിപരായിരുന്ന അച്ഛന്റെ മേൽനോട്ടത്തിൽ 15 വയസ്സുവരെ ഗിയെൻ വളർന്നു. സ്പാനിഷ് ഭാഷയിലുള്ള ഉത്തമഗ്രന്ഥങ്ങളുമായുള്ള ഗാഢപരിചയം അങ്ങനെ നേടി. ക്യൂബൻ സ്വാതന്ത്ര്യസമരത്തിന്റെ നേതാവായിരുന്ന പിതാവിന്റെ കൂടെയിരുന്ന് ബാലനായ ഗിയെൻ രാഷ്ട്രീയകാര്യങ്ങളിൽ നേരത്തേ തന്നെ അറിവു സമ്പാദിച്ചു. പട്ടാളക്കാർ ഗിയെന്റെ അച്ഛനെ 1917–ൽ വധിച്ചതിനുശേഷം കഷ്ടപ്പാടുകളിൽ കൂടിയാണ് ഗിയെൻ വളർന്നുവന്നത്. കുറെനാൾ അച്ചടിശാലയിൽ അച്ചുനിരത്തുന്ന ജോലി ചെയ്തു. പിന്നീട് ഹവാന സർവകലാശാലയിൽ നിയമം പഠിച്ചു. പഠിത്തം ഉപേക്ഷിച്ചു കഴിയുന്ന കാലത്താണ് കവിതയെഴുത്താരംഭിച്ചത്. 1920 നോടടുപ്പിച്ചാണ് ആദ്യകാലകൃതികൾ മാസികകളിൽ പ്രത്യക്ഷപ്പെട്ടു തുടങ്ങിയത്. 22–ൽ ആദ്യത്തെ സമാഹാരമായ *സെറിബ്രോ ഇ കൊറാസോൺ* (ബുദ്ധിയും ഹൃദയവും) പ്രസിദ്ധീകരിച്ചു. ജീവിത പരാങ്മുഖതയായിരുന്നു അതിലെ മുഖ്യപ്രമേയമെന്നു പറയാം. അതിനുശേഷമാണ് 1930–ൽ ഒരു പുതിയ ദർശനത്തോടുകൂടി ഗാനാത്മകമായ ശീലുകളിലെഴുതിയ *മോട്ടിവോസ് ദിസോൺ* (ഗാനകലവികൾ) പ്രസിദ്ധപ്പെടുത്തിയത്. 1931–ൽ എട്ടു പുതിയ കവിതകൾ കൂടി ചേർത്ത് ആ കൃതിതന്നെ *സോംഗൊറൊ കൊസോംഗൊ* എന്ന പേരിൽ പുതുതായി പ്രസിദ്ധീകരിച്ചു. കറുത്തവന്റെ ദർശനങ്ങളെപ്പറ്റിയുള്ള അന്തർദർശനം ഇതിൽ വ്യക്തമായി വരുന്നുണ്ട്. 1934–ൽ പ്രസിദ്ധീകൃതമായ *വെസ്റ്റ് ഇൻഡീസ് ലിമിറ്റഡ്* ഗിയെനെ ക്യൂബയിലെ വക്താവായി അവതരിപ്പിക്കുന്നു. 1937–ൽ സ്പാനിഷ് ആഭ്യന്തരയുദ്ധത്തിൽ ഫാസിസ്റ്റ് വിരുദ്ധചേരിയുടെ യോഗത്തിൽ സംബന്ധിക്കാൻ ഗിയെൻ സ്പെയിനിൽ പോയി. അക്കൊല്ലംതന്നെ കമ്യൂണിസ്റ്റ് പാർട്ടിയിൽ ചേർന്നു. *സ്പെയിൻ: നാലു ദു:ഖങ്ങളും ഒരു പ്രത്യാശയും ചേർന്ന കവിത* എന്ന പേരിൽ ദീർഘമായ ഒരു കൃതി അതിനുശേഷം പുറത്തുവന്നു. *പട്ടാളക്കാർക്കുള്ള പാട്ടുകളും വിനോദസഞ്ചാരികൾക്കുള്ള പാട്ടും* പിന്നീട് പ്രസിദ്ധീകൃതമായി. *എൽസോൺ എൻതറോ* 1947–ൽ പ്രസിദ്ധീകരിച്ചതോടെ ഗിയെന്റെ കവിത്വം പുതിയ ശക്തി ആർജിച്ചു. ഗിയെന്റെ പിൽക്കാല കൃതികളിൽ പ്രധാനപ്പെട്ടവയാണ് *വിലാപങ്ങൾ*. ക്യൂബൻ വിപ്ലവത്തിൽ ഫിദെൽ കാസ്ട്രോയുടെ ഉറ്റ സഹായിയായിരുന്നു ഗിയെൻ. 1964–ൽ ഇറങ്ങിയ *തെംഗോ* (എനിക്കു കിട്ടി) എന്ന സമാഹാരത്തിൽ കൂടുതലും രാഷ്ട്രീയ കവിതകളാണുള്ളത്. 1967–ൽ *മഹത്തായ മൃഗശാല* പ്രസിദ്ധീകരിച്ചു. ക്യൂബയിലെ സാഹിത്യകലാസംഘടനയുടെ പ്രസിഡന്റായിരുന്നു ഗിയെൻ. കറുത്ത ഹോമർ എന്നും തെക്കേ അമേരിക്കയുടെ ടാഗോർ എന്നും വിളിക്കപ്പെട്ടിട്ടുണ്ട്. ക്യൂബയുടെ ദേശീയ കവിയായ നിക്കൊളാസ് ഗിയെൻ 1989 ജൂലൈ 16–ന് മരിച്ചു.

കവിതകൾ

പുതിയ കാവ്യദേവത

വിലാപങ്ങൾ

ഗിയെന്റെ സാമൂഹിക ദർശനവും നർമബോധവും ഒരുപോലെ വെളിവാക്കുന്ന കവിതകളാണ് 'മഹത്തായ മൃഗശാല' യിലുള്ളത്. ഒരേസമയം ലളിതവും ഗഹനവുമായ അവബോധം ഈ കവിതകളെ സാന്ദ്രമാക്കുന്നു. സ്വതന്ത്രമായി വിഹരിക്കുന്ന ഭാവന ശിശുസഹജമായ നൈർമല്യത്തോടൊപ്പം ഉജ്യംഖലമായ രാഷ്ട്രീയ വിമർശനവും ഉദാഹരിക്കുന്നു. ആക്ഷേപഹാസ്യം കാല്പനികമായ ഭാവതരളതയോടൊപ്പം അരങ്ങേറുന്ന ഈ കവിതകളിൽ വൈവിധ്യമിയന്ന ഒരു കാവ്യഭാവനയും സർഗശക്തി ആവാഹിക്കുന്ന ഒരു ഭാഷാപ്രയോഗ ചാതുരിയും ഒപ്പം കണ്ടെത്താം. വസ്തുവിവരണത്തിന്റെ ബാഹ്യപരിവേഷം നിലനിർത്തിക്കൊണ്ട് അതിസൂക്ഷ്മമായ ഭാവാവിഷ്കരണമാണ് ഈ കവിതകളിൽ സാധിച്ചിട്ടുള്ളത്. ആവർത്തിച്ചുവായിച്ച് അനുഭവ രസികതയോടെ ഭാവന വ്യാപരിപ്പിക്കുന്ന വായനക്കാരനു മാത്രമേ ഈ ചെറിയ കവിതകളിലെ വലിയ കാര്യം കണ്ടെത്താൻ സാധിക്കുകയുള്ളു. 'പരു വന്നു വിഴുങ്ങിയ ചന്ദ്രനും' 'സൈക്കിളിൽ കയറിവരുന്ന ഗുമസ്തവാനരനും' ഒപ്പം 'നിശാശലഭ'മായ സ്വപ്നവും പാമ്പുകളായി ചുറ്റുന്ന നദികളും ഒരേ സങ്കീർണവ്യക്തിത്വത്തിന്റെ സൃഷ്ടികളാണ്.

നിക്കോളാസ് ഗിയെൻ

(1902–1989)

അറിയിപ്പ്

നഗരസഭയുടെ തീരുമാനപ്രകാരം
നാട്ടുകാർക്കും വിദേശികൾക്കും
രാജ്യത്തിന്റെ അഭിമാനത്തിനും വേണ്ടി
നിർമ്മിച്ചതാണ്
ഈ മഹത്തായ മൃഗശാല.
ഉത്തമ മാതൃകകളുടെ കൂട്ടത്തിൽ
വായുവിലെയും വെള്ളത്തിലെയും ജന്തുക്കളും
(ഉദാഹരണത്തിന് ചക്രവാതം)
ഒരു സാക്ഷാൽ അകൊൻകാഹ്വയും
പ്രായപൂർത്തിയാകാത്ത ഒരു ഗിതാറും
ജീവനുള്ള മേഘങ്ങളും
ഒരു പണ്ഡിതവാനരനും ഒരൊറ്റപ്പരിപ്പുമരവും.
മാതൃഭൂമി അല്ലെങ്കിൽ മരണം!
ഡയറക്ടർ

കാരബീയൻ

മഹത്തായ മൃഗശാലയിലെ മത്സ്യാലയത്തിൽ
നീന്തിത്തുടിക്കുന്നു കാരബീയൻ.
ഈ ജന്തുവിന്,
വിചിത്രനായ ഈ സമുദ്രജീവിക്ക്
സ്ഫടികചന്ദ്രക്കലയും
നീല മുതുകും പച്ച വാലും
പവിഴപ്പുറ്റു വയറും
ചുഴലിവേഗമുള്ള നുരയൻ ചെകിളയുമുണ്ട്.
മത്സ്യാലയത്തിൽ ഇങ്ങനെയൊരു കുറിപ്പും:
'സൂക്ഷിക്കണം; കടിക്കും'.

ഗിതാർ

നിറഞ്ഞ നിലാവിൽ
ഗിതാർ വേട്ടയാടാൻ പോയവർ
ഇതു തിരികെ കൊണ്ടുവന്നു.
വിളറിയ, അഴകുള്ള, രൂപമൊത്ത,
അനന്തമായ സങ്കരവർഗനേത്രങ്ങളുള്ള
തുറന്ന പലകയുടെ അരക്കെട്ട്.
അവൾക്കു ചെറുപ്പം, കഷ്ടിച്ചുമാത്രം പറക്കും.
പക്ഷേ, മറ്റു കൂടുകളിൽ
പാട്ടും ഈരടിയും ചിറകടിക്കുന്നതുകേട്ട്
ഇപ്പൊഴേ അവൾ പാടിത്തുടങ്ങി.
ഇരുണ്ട പാട്ടുകളും ഏകാന്തമായ ഈരടികളും
അവളുടെ കൂടിന്മേൽ ഇങ്ങനെയൊരു കുറിപ്പ്:
'സൂക്ഷിക്കണം; അവൾ സ്വപ്നം കാണുന്നു.'

വണ്ടുകൾ

ഇവരാണ് വണ്ടുകൾ.
ഇന്ത്യയിൽ നിന്നു വന്നതിനു
ചുടുകട്ട വയറും നീലക്കമ്പിളിച്ചിറകുകളും.
ചെമ്പും രത്നവും ചേർന്ന മിഥുനങ്ങൾ.
സുമാത്രയിൽ ജന്മംകൊണ്ടത്
ഡച്ചു സാമ്രാജ്യം വക (ചെമ്പുമാത്രം)
അഗ്നിപർവ്വതലാവകൊണ്ടുള്ളത്
അസ്തെക്കു ശവകുടീരത്തിൽ കണ്ടെത്തിയത്.
രത്നനിർമ്മിതമായ വലിയ കൺപോള.
സ്വർണ്ണനിർമ്മിതം
(എഡ്ഗർപോയുടെ പ്രത്യേക സമ്മാനം)
നമുക്കു മൃതം.

ചെറിയ കടലാസുപക്ഷി

ഒറ്റയ്ക്ക്, അതിന്റെ ചെറിയ കൂട്ടിൽ
മയങ്ങുകയാണ്
ചെറിയ കടലാസുപക്ഷി.

വൻകരടി (സപ്തർഷി)

1964 ജൂൺ 4–ാം തീയതി
നായാടി സ്പുട്നിക് പിടിച്ചെടുത്തതാണ്
ഈ വൻകരടി.
(തൊലിപ്പുറത്തു കാണുന്ന
നക്ഷത്രങ്ങളെ ദയവായി തൊടരുത്)
ആവശ്യമുണ്ട്; ഒരു പരിശീലകൻ.

അകൊൻകാഹ്വ

അകൊൻകാഹ്വ, ഗൗരവക്കാരനായ
അനങ്ങാൻപാറ മൃഗം. വെളുത്ത
തലയും ഉറച്ച പാറക്കണ്ണുകളും.
തന്നെപ്പോലെയുള്ള മൃഗങ്ങളോടു ചേർന്ന്
ശൂന്യമായ പാറപ്രദേശത്തുകൂടെ
പറ്റം പറ്റമായി അലസസഞ്ചാരം ചെയ്യുന്നു.
രാത്രിയിൽ
മൃദുവായ ചുണ്ടുകൾകൊണ്ട്
ചന്ദ്രന്റെ തണുത്ത കൈകൾ കരളുന്നു.

പൊലികടക്കാർ

പക്ഷിരൂപികളായ രാക്ഷസർ
വലിയ കറുത്ത കൂടുകളിൽ
പൊലികടക്കാർ.
വെള്ളത്തൊപ്പിക്കാരൻ
(മഹാരാജകീയ പൊലികടക്കാരൻ)
സമതലങ്ങളിലെ ഈച്ചയടി പൊലിക്കടം
പിള്ളതീനി സാധാരണ മുങ്ങിക്കപ്പൽ,
ചാരനിറക്കാാരവാലൻ, തന്തേം തള്ളേം തീനി,
കടൽതാണ്ടിപ്പറക്കുന്ന ചോരകുടിയൻ, സർവംതീനി,
വലിയ കറുത്ത കൂടുകളിലെ
നിർബന്ധിത വിശ്രമത്തിൽ
പൊലികടക്കാർ തൂവലുകൾ
വീണ്ടും വീണ്ടും എണ്ണിക്കൂട്ടുന്നു
പലിശയ്ക്കു പരസ്പരം കടം കൊടുക്കുന്നു.

നദികൾ

ഇത് പാമ്പുകളുടെ കൂട്.
തങ്ങളെത്തന്നെ ചുറ്റിവരിഞ്ഞ്
നദികൾ, വിശുദ്ധ നദികൾ ഉറങ്ങുന്നു.
മിസിസിപ്പിയും അതിന്റെ കറുത്ത വർഗവും
ആമസോണും അതിന്റെ ഇന്ത്യക്കാരും
ഏതോ ഭീമാകാരയന്ത്രവാഹനത്തിലെ
വലിയ കമ്പിച്ചുരുൾ പോലെ.
കുട്ടികൾ ചിരിച്ചുകൊണ്ട് അവയെ തട്ടിക്കളിക്കുന്നു.
ജീവനുള്ള കൊച്ചു പച്ചത്തുരുത്തുകൾ.
തത്തനിറത്തിലുള്ള കുറ്റിക്കാടുകൾ
ആളുകൾ തുഴയുന്ന കൊച്ചുവള്ളങ്ങൾ
മറ്റു നദികൾ
വലിയ നദികൾ ഉണരുന്നു.
പതുക്കെ ചുരുളഴിക്കുന്നു.
എല്ലാം വിഴുങ്ങിവീർത്തുയർന്നുപൊട്ടാറായപോലെ
വീണ്ടും ഉറങ്ങാൻ പോകുന്നു.

മത്സ്യം

ഈ തടിച്ചി വല്യമ്മ
തെരുവിൽവെച്ച് മുപ്പല്ലിയിൽ കോർത്തത്.

അവളെ പിടിച്ചെടുത്ത ധീരനായ മുക്കുവൻ
ലക്ഷ്യമാക്കിയത് അവളുടെ നെയ്യ്,
നേർത്തു വളയുന്ന രോമങ്ങൾ,
കൊഴുപ്പ്........(സമർത്ഥമായി കഷണിച്ചശേഷം).

അവളിതാ ഭേദമായി വരുന്നു.

ജനങ്ങളോട് ആകാശമാമത്ത്

മഹാമൃഗശാലയ്ക്കു വെളിയിൽ മൂന്നരമീറ്റർ പൊക്കവും രണ്ട് മീറ്റർ വീതിയുമുള്ള ഒരു ചിത്രത്തിനു താഴെ കൊടുത്തിരിക്കുന്ന കുറിപ്പ്:

ആദ്യം വിചാരിച്ചപോലെ
ഒരു ചെറിയ വിമാനത്തിന്റെ
അവശിഷ്ടമായിരുന്നില്ല അത്.
സൈബീരിയയിലെവിടെയോവെച്ച് കൊന്നിട്ട്
വിനോദസഞ്ചാരികളിലൊരാൾ കണ്ടെത്തിയ
ഒരു മാമത്തു കുഞ്ഞിന്റെ
ഉപേക്ഷിക്കപ്പെട്ട ഉണക്ക അസ്ഥിപഞ്ജരമാണത്.
ചെറിയ വിമാനത്തിന് പല്ലില്ല.
അസ്ഥിപഞ്ജരത്തിനു പല്ലുണ്ടായിരുന്നുവെന്ന്
മഹാപണ്ഡിതൻ തെളിയിച്ചിരിക്കുന്നു,
മഹാമൃഗശാലയിൽ ഒരു സ്ഥലം കിട്ടാൻ.

ഒന്നിൽകൂടുതൽ അവകാശമുള്ള ജന്തുതന്നെ.
എന്നാൽ
ഞങ്ങൾ ജീവനുള്ളവയെ മാത്രം സ്വീകരിക്കുന്നതുകൊണ്ട്
ഈ ചെറിയ അറിയിപ്പ് ഇവിടെ കൊടുക്കുന്നതാകുന്നു.
ആകാശമാമത്ത് എന്ന് ഒരു മട്ടിൽ പേരു നൽകി
ഒരു ചിത്രവും കൊടുക്കുന്നു,
കൂടുതൽ ചർച്ച ഒഴിവാക്കാൻവേണ്ടി.

ദാഹം

മധുരജലത്തിന്റെ സ്പഞ്ച്
ദാഹം
അതൊരു നദി കാത്തിരിക്കുന്നു, വിഴുങ്ങുന്നു
മഹാമാരിയും ഉൾക്കൊള്ളും
ചെമന്ന നാടകൊണ്ട്
ഇറുക്കിക്കൊല്ലും
തൊണ്ടകൾ സൂക്ഷിക്കട്ടെ!

വിശപ്പ്

ഇതാണു വിശപ്പ്, വിഷപ്പല്ലുകളും
കണ്ണുകളും നിറഞ്ഞ ജന്തു.
അതിന്റെ ശ്രദ്ധ തെറ്റിക്കാനോ
ചതിക്കാനോ സാധ്യമല്ല.
ഒരു ഊണുകൊണ്ടതിനു തൃപ്തി വരില്ല.
അത്താഴവും മുത്താഴവുംകൊണ്ടതു സംതൃപ്തനല്ല.
എപ്പോഴും രക്തം ചൊടിപ്പിക്കും.
സിംഹത്തെപ്പോലെ അലറും.
പെരുമ്പാമ്പിനെപ്പോലെ ഞെരിച്ചിറക്കും.
മനുഷ്യനെപ്പോലെ ചിന്തിക്കും.

നിങ്ങൾ ഇവിടെ കാണുന്ന മാതൃക
ഇന്ത്യയിൽനിന്നു പിടിച്ചെടുത്തതാണ്.
(ബോംബെയ്ക്കടുത്ത്)
പക്ഷെ മറ്റു പല സ്ഥലത്തും
അത് ഏതാണ്ടത്രയും
തീക്ഷ്ണതയോടെ വർത്തിക്കുന്നുണ്ട്.
പിന്നിലേക്കു മാറിനിൽക്കൂ!

ബാലസേവിക

അധ്യാപിക
ഇംഗ്ലീഷും ബീജഗണിതവും പഠിപ്പിക്കും
ഓക്സ്ഫോർഡ്.
ഉയർന്ന കൊച്ചു തളിരിലകൾ
ചപ്പിനടക്കും.
സാധു--പക്ഷേ, താരതമ്യേന മാത്രം.
(ഒരാനവിദ്യാർഥിയുമായി രഹസ്യപ്രണയത്തിലാണ്)
സാധാരണ പേര്: ജിറാഫ്.

മേഘങ്ങൾ

ധൂമപടലം
ഉള്ളളവ്: 84 മേഘങ്ങൾ
ഒരു പുതിയ അനുഭവം: കാരണം
പകൽ മുഴുവൻ നീണ്ടു നിൽക്കുന്ന മേഘങ്ങളുണ്ട്
പല നാടുകളിൽനിന്നു വന്നവയുമുണ്ട്.
(കൂടുതൽ വന്നെത്തുമെന്നാണ് ഡയറക്ടറുടെ പ്രതീക്ഷ)

ചെമ്പിച്ച,
പക്ഷിയെപ്പോലെ നീണ്ട നാക്കുള്ള,
പ്രഭാതമേഘങ്ങൾ
ഉഴവുകാരന്റെ ഹ്രസ്വനിദ്രയിലേക്കും
ഒഴിഞ്ഞ പുലരിയിലേക്കും വന്നെത്തി.

അലസമായ
ഉണക്കപ്പഞ്ഞിപോലെയുള്ള
മധ്യവയസ്കക്കൊപ്പം അനങ്ങാൻ
വയ്യാത്ത മധ്യാഹ്നമേഘങ്ങൾ
ജ്വലിക്കുന്ന സർപ്പങ്ങൾപോലെയുള്ള
സന്ധ്യാമേഘങ്ങൾ.
ഒരു വൈചിത്ര്യം: വിക്ടോറിയാ തടാകത്തിൽനിന്ന്
കാറ്റടിച്ചുകൊണ്ടുവന്ന ഉഗാണ്ടക്കാരാണ് ചിലർ
തുർക്കിനോയിൽനിന്നെത്തിയ താഴ്ന്നമേഘങ്ങൾ

ആൽപ്സിൽനിന്നു വന്നവർ
പിക്കോബോളിവാറിൽനിന്നു വന്നവർ
കറുത്തു, നിറഞ്ഞ മാറുള്ള
കൊടുങ്കാറ്റുമേഘങ്ങൾ
ആകാശത്തെ സ്നേഹംകൊണ്ടു കുതിർപ്പിക്കുന്ന
കാല്പനിക മേഘങ്ങൾ
60 കൊല്ലം മുമ്പുള്ള
ക്രിസ്തുമസ് കാർഡിലെ
റോസ് വർണ്ണമേഘങ്ങൾ
മാലാഖമാരെ ചുമക്കുന്ന മേഘങ്ങൾ
രാക്ഷസരൂപികളായ
(ഇംഗ്ലണ്ടിന്റെ) ഭൂപടം പോലെയുള്ള
സഞ്ചിമൃഗസിംഹാകൃതിയിലുള്ള മേഘങ്ങൾ
ചുരുക്കത്തിൽ, ശ്രദ്ധിക്കേണ്ട ഒരിറക്കുമതിച്ചരക്ക്.
എങ്കിലും
അസുലഭമായ ധ്രുവമേഘങ്ങളെ
മടക്കിക്കൊണ്ടുവരാൻ മാർഗമൊന്നുമില്ല
ഗ്രീൻലാൻഡ്, നോർവെ, ന്യൂ ഫൗണ്ട്ലാൻഡ്
എന്നിവിടങ്ങളിൽനിന്നുനേരിട്ട്
ഉപ്പുവെള്ളവുമായിട്ടാണവർ വന്നത്.
(ജനങ്ങൾക്കു കാണാൻവേണ്ടി അവരെ കണ്ണാടിക്കൂട്ടിൽ
വെക്കാമെന്ന് ഡയറക്ടർ വാക്കുതന്നിട്ടുണ്ട്)

കാറ്റുകൾ

ഇന്നലെ രാത്രി ഈ കാറ്റുകൾ
എങ്ങനെ പെരുമാറി എന്ന്
ഊഹിക്കാൻ സാധ്യമല്ല.
ജ്വലിക്കുന്ന കണ്ണുകളും
നീണ്ട ഋജുവായ വാലുകളുമായി
അവയെ കാണാമായിരുന്നു.
ഒറ്റയ്ക്കു പോകുന്ന കപ്പലുകളോ
കുടിലുകളോ കൃഷിപ്പുരയോ
ഒക്കെ അറിവില്ലാതെ നശിപ്പിക്കുന്നതിൽ നിന്ന്
അവയെ തടയാൻ (പ്രാർത്ഥനകൊണ്ടും
പ്രതിജ്ഞകൊണ്ടും കഴിയുമായിരുന്നില്ല)
ഒടുവിൽ അവയെ ഇന്നു രാവിലെ
കെട്ടിയെടുത്തു കൊണ്ടുവന്നു.
ഡാലിയാ തോട്ടത്തിൽ

ചിന്താമഗ്നരായി അലയുമ്പോൾ
അപ്രതീക്ഷിതമായി പിടിക്കപ്പെട്ട
രണ്ടു കാമിനീകാമുകന്മാരെപ്പോലെ.
(അവിടെ ഇടതു വശത്തു
പെട്ടികളിൽ കിടന്നുറങ്ങുന്നവർ)

കടുവ

കറുത്ത കനത്ത വരകളുമായി
സ്വന്തം കൂട്ടിൽ തടവിലാക്കപ്പെട്ട
അവൻ നടക്കുന്നു.
അവൻ അലറാനുപയോഗിക്കുന്ന ലോഹം
കത്തുന്നു, ചുട്ടുപഴുക്കുന്നു,
(അക്രമി
കാമവാസന
ഗുസ്തിക്കാരൻ
ദുശ്ശങ്കാകൃദ്ധനായ കാമുകൻ
സേനാധിപൻ
പ്രേമകഠാര
നിശ്ശബ്ദം!
അതൊരു
സാക്ഷാൽക്കടുവ തന്നെയാണേ...!

ചുഴലിക്കാറ്റ്

ബഹാമാസ് ദ്വീപുകളിൽനിന്ന്
ഈയിടെ ക്യൂബയിൽ വന്നെത്തിയ
സാക്ഷാൽ ചുഴലിക്കാറ്റ്.

ബെർമുഡയിൽ വളർന്നു.
ബാർബഡോസിൽ ബന്ധുക്കളുണ്ട്,
പ്യൂർട്ടോറിക്കോ സന്ദർശിച്ചിട്ടുണ്ട്.
ജമൈക്കയിലെ വൻപന വേരോടെ പിഴുതവൻ
ഗോദെലുപ്പ് തകർക്കാൻ പോവുകയായിരുന്നു.
മാർത്തിനീക്ക് കൊള്ളയടിച്ചു കഴിഞ്ഞു.

പ്രായം : രണ്ടു ദിവസം.

ഫീനിക്സ് പക്ഷി

ഫീനിക്സിന്റെ പുനർജ്ജനനത്തിനുവേണ്ടി
കരുതി വെച്ചിരിക്കുന്ന കൂടാണിത്.
(അതിന്റെ ചാരം ഡിസംബറിൽ വന്നെത്തും)

*ലിഞ്ച് (പീഡനം)

അലബാമയിലെ ലിഞ്ച്
ചാട്ടവാർ പോലുള്ള വാൽ
മുപ്പിരിക്കുളമ്പുകൾ
ജ്വലിക്കുന്ന വൻകുരിശുമായിട്ടാണ്
സാധാരണ കാണുക
നീഗ്രോ, കയർ,
തീ, രക്തം, ആണി, ടാർ;
ഇവകൊണ്ടുപജീവനം.

തൂക്കിലിടുമ്പോൾ പിടിച്ചെടുത്തത്
ആൺ, വരിയുടച്ചത്.

കാൻസർ (അർബുദം)

മുലകളും പാൻക്രിയാസും പ്രോസ്റ്റേറ്റും
വിഴുങ്ങുന്ന, വലിയൊരു ഗർഭപാത്രത്തിൽ
നഖരങ്ങളാഴ്ത്തിയിറക്കുന്ന
ഭീകരനായ ഞണ്ട്
ഭാവിപരിമിതം, കാരണം
ഭക്ഷണത്തിനുചിതമായ മാംസവും
കുടിവെള്ളവും രക്തവും കിട്ടാനില്ല.

ചിത്രത്തിന്റെ ഒരു ഭാഗം
ഒരുപക്ഷെ നഷ്ടപ്പെട്ടിരിക്കാം,
എങ്കിലും പ്രധാനഭാഗം മൃഗശാലയിലുണ്ട്.
മറ്റു പ്രധാന തലസ്ഥാന നഗരികളിലെക്കാൾ
കൂടുതലുമില്ല, കുറവുമില്ല.

വലതുവശത്ത്, കൊള്ളക്കാരനു സമീപം.

---
* lynch

കൊള്ളക്കാരൻ

ന്യൂയോർക്കിലെ ഈ കൊച്ചു കൊള്ളക്കാരൻ
ഷിക്കാഗോയിലെ കൊള്ളക്കാരന്റേയും
ബുൾപ്പട്ടിയമ്മയുടേയും ഇളയമകനാണ്.

സിയാറ്റിലിലെ റോയൽ ബാങ്കു കൊള്ളയിൽ
അവനു മുറിവേറ്റതാണ്.
ചെസ്റ്റർ,
ലക്കി,
കാമൽ,
വെള്ള ലേബൽ അഥവാ നാലു റോഡുകൾ,
ബ്രൗണിങ്,
ഹെറോയിൻ.

(ഇംഗ്ലീഷ് മാത്രമേ സംസാരിക്കൂ)

*കെ കെ കെ

ഈ നാല്ക്കാലിയുടെ മൂലം
മിസ്സൂറിയിലെ ജോപ്ലിൻ
മാംസംതീനി.
പതിവുതീറ്റിയായ
പൊരിച്ച നീഗ്രോയെ കിട്ടാത്തപ്പോൾ
രാത്രി മുഴുവൻ അവൻ നീട്ടി നിലവിളിക്കും.

ഒടുവിൽ അവൻ കീഴടങ്ങും
അവനെ തീറ്റിപ്പോറ്റുന്നത്
ഒരു (പരിഹാരമില്ലാത്ത) പ്രശ്നം.

കഴുകന്മാർ

ഈ വിഭാഗത്തിൽ, കഴുകന്മാർ
ചെമപ്പുവാലൻ കഴുകൻ,

* Ku Klux Klan

ചക്രവർത്തിക്കഴുകൻ,
കള്ളിമുള്ളിൽ ചേക്കയേറും കഴുകൻ,
ഇരട്ടത്തലയൻ കഴുകൻ (ഒരു പ്രതിഭാസം!),
സ്വന്തം കൂട്ടിൽ ഒറ്റയ്ക്ക്
വധശിക്ഷയ്ക്ക് വിധിക്കപ്പെട്ടവരുടെ
നെഞ്ചിൽനിന്നു പറിച്ചെടുത്ത
അലങ്കാരക്കഴുകന്മാർ,
പണക്കഴുകൻ, ഇരട്ടിപ്പ്, ഇരുപത് സ്വർണ്ണം,
മുദ്രമാതൃകാക്കഴുകന്മാർ,
പതിവ്രതയായ വിധവയെപ്പോലെ എപ്പോഴും
കറുപ്പുടുപ്പിട്ട പ്രഷ്യൻ കഴുകൻ,
ഹവാനയിലെ 'മെയി'നിന്നു മീതെ
എഴുപതുകൊല്ലം മുമ്പുപറന്ന കഴുകൻ,
വിയത്നാമിൽനിന്നു കൊണ്ടുവന്ന യാങ്കിക്കഴുകൻ,
നെപ്പോളിയൻ-റോമൻ കഴുകന്മാർ,
നെഞ്ചിൽ അൾത്തേർനക്ഷത്രം തിളങ്ങുന്ന
സ്വർഗ്ഗീയ കഴുകൻ,
അവസാനമായി
കഴുകുമാർക്ക് പാൽക്കട്ടിയിന്മേൽക്കാണുന്ന കഴുകൻ.
(തികച്ചും മൗലികമായ ചിഹ്നം)

കുരങ്ങന്മാർ

ഇതാണു കുരങ്ങുരാജ്യം.
ആധുനിക സങ്കേതങ്ങളനുസരിച്ച്
അവർ തൽക്കാലം സ്വതന്ത്രരാണ്.

പ്രൊഫസർ തൊപ്പിയിട്ട കുരങ്ങൻ
കുപ്പിയിൽ പെരുംജീരകം അടയാളമുള്ളവൻ
വാൾപോലെ വാലുള്ള സേനാധിപന്മാർ
കുതിരപ്രതിമയിന്മേൽ കഥാനായകവാനരൻ
സൈക്കിളിന്മേൽ ഗുമസ്തവാനരൻ
കാറിൽ ബാങ്കർ വാനരൻ
ഏകതന്ത്രി ഹൃദയൻ
വികസിച്ചു വരുന്ന ഒറ്റപ്പരിപ്പ് വാനരൻ
സാക്കരൈഡ് വാനരൻ
പിന്നെ നിങ്ങൾ കാണുന്നതെല്ലാം.

ആഗസ്റ്റിൽ
അറുന്നൂറു വാനര വാനരന്മാരും വന്നെത്തും.
(അടിസ്ഥാന വാനരവർഗ്ഗം)

പപ്പയ്ക്ക

പപ്പയ്ക്ക
ഒരു സസ്യ-
മൃഗം.
ആദിപാപത്തെപ്പറ്റി അതിനറിവുണ്ടെന്നുള്ളത്
അസത്യം.
എന്തുപറഞ്ഞാലും-
അതിനെ നോക്കൂ-
ശുദ്ധയാദൃച്ഛികം, വൃത്തികെട്ട
സങ്കല്പങ്ങൾ-
മത്തങ്ങയും വെള്ളരിക്കയുമെല്ലാം
അവയ്ക്കിരയായിത്തീർന്നു.
ചുരുക്കത്തിൽ
(വാർധക്യത്തിലെയോ ചെറുപ്പത്തിലെയോ)
കാമിനിവർത്തനത്തിന്റെ ഫലം.

ചന്ദ്രൻ

ലോഹനിർമ്മിതമായ ഒരു സസ്തനി, നിശാജീവി.

പരു വന്നു വിഴുങ്ങിയ പാട്
മുഖത്തു കാണാം

സ്പുട്നിക്കുകളും ഗീതകങ്ങളും.

ടെനർ ഗായകൻ

കണ്ണാടിയിലെ ഗായകനെ നോക്കി
നിർവൃതിയിലാണ്ടിരിക്കുന്ന അതേ ഗായകനെ നോക്കി
കണ്ണാടിയിലെ ഗായകനും
നിർവൃതിയിലാണ്ടിരിക്കുന്നു

ഒരു പട്ടുനൂലിൽ പിടിച്ച്
അച്ചടി മഷിയും
മറ്റു ലാഭവസ്തുക്കളും
ഡോളറും കൊണ്ടാരാധ്യനായി
ചിലപ്പോഴൊക്കെ അയാൾ
ലോകം ചുറ്റിക്കാണാൻപോകും.
(ഇവിടെ ഈ മൃഗശാലയിൽ
ആഹാരത്തിനുവേണ്ടി പാടേണ്ടിവരുന്നതിൽ
അയാൾ അസംതൃപ്തനാണ്,
പാടുന്നതിൽ സൗജന്യം കാണിക്കുന്നുമില്ല)
മിലാനിൽ ല സ് കാലാ.
ന്യൂയോർക്കിൽ മെട്രോപ്പോലിറ്റൻ.
പാരീസിൽ ഓപ്പെറ.

പൊലീസ്

ഈ മൃഗമാണ് പൊലീസ്.
വിസിലടിക്കുന്ന കാൽവെള്ളച്ചവിട്ടൻ.
ഇനങ്ങൾ: ഇംഗ്ലീഷ്, ഷെർലക്,
വടക്കേ അമേരിക്കൻ, കാർട്ടർ.
പതിവാഹാരം:
രഹസ്യവൈക്കോൽ,
വൈദ്യുത ചോദ്യ റിക്കാർഡർ,
(അന്താരാഷ്ട്രീയ) കമ്യൂണിസം,
കൃത്രിമ വെളിച്ചത്തിൽ
രാത്രി കഴിക്കൽ,
പൊലീസുകാരൻ എന്ന ഉപവിഭാഗം
വളരെ ചെറുതാണ്.
പിത്തളബട്ടൺ, ബാഡ്ജ്,
തൊപ്പിയുടെ രൂപത്തിൽ തല,
സാധാരണ ഒരു നീലക്കോട്ട്.
പതിവാഹാരം: കൗമാരത്തിലെ കുറ്റവാസന,
അക്രമാവസ്ഥ, പണിമുടക്ക്, ചെറിയ കുറ്റങ്ങൾ,
(പ്രാദേശിക) കമ്യൂണിസം.

കൂട്ടിക്കൊടുപ്പൻ

സാക്ഷാൽ എച്ച് ആൻഡ് ആർ കോട്ടിന്മേൽ
സ്വർണ്ണക്കുടുക്കുകൾ,
ടെയിൽകോൾട്ട് മുപ്പത്തെട്ട്,
പോളിഷ് ഇട്ട് തേച്ചുമിനുക്കിയത്
ജിപ്പാ ജപ്പാ തലപ്പാവ്,
മി മി പിൻസൺ പുരട്ടിയ കൈലേസ്.
പഴയ പുണ്യവാളൻ സാൻ ഇസിദ്രോയുടെ
നശിച്ച തേവിടിശ്ശികളുടെ ഇടയിൽ
(എല്ലാം ശവതുല്യം)
ഉറക്കത്തിനിടയിൽ
കൂട്ടിന്റെ മൂലയിൽ കൂനിക്കൂടിയിരുന്ന്
അവന്റെ ക്ഷുദ്രജീവിതവും ധാരാളം മുഷിച്ചിലും
കടന്നുപോകുന്നു.

ശ്രദ്ധിക്കുക: ലൂസിലും കുറാസാവോയിലും
ഫ്രഞ്ചുകാരുമായുള്ള സായാഹ്ന വഴക്കിൽ
അറുപതുകൊല്ലം മുമ്പ് പിടിച്ചെടുത്ത
ഒരപൂർവമാതൃക.

നാഴികമണി

അസാമാന്യക്ഷമയുള്ള
ഒരു വവ്വാൽ.
ക്രൂരത കുറവല്ല,
പ്രത്യേകിച്ചും
ചതുരംഗക്കാരോടും കാമുകന്മാരോടും.

എങ്കിലും
രണ്ടേമുക്കാൽ മണിക്കും
ഒൻപതേകാൽമണിക്കും സ്നേഹശീലൻ.
അപ്പോൾ മാത്രം ആശ്ലേഷകുതുകി.

അറിയിപ്പ്: ഹവാനയിലെ മഹത്തായ മൃഗശാല

ചരിത്രാതീത കാഴ്ചബംഗ്ലാവ്
പൊതുജനങ്ങൾക്ക് വേണ്ടി തുറക്കുന്നു
–ഞായറാഴ്ച ഒഴിച്ച് എല്ലാ ദിവസവും–
ഭാഷ: സ്പാനിഷ്, ഇംഗ്ളീഷ്, റഷ്യൻ,
പുതിയ മാതൃകകളുടെ വരവ് വെളിപ്പെടുത്താൻ
ഞങ്ങൾക്ക് സന്തോഷമുണ്ട്.
അതായത്;
ജുറാസിക് കാലഘട്ടത്തിലെ
വലിയ പക്ഷിഫോസിൽ രണ്ട്,
റോക്കറ്റ് താവളങ്ങൾ ഇപ്പോഴും കാണാം.
അണുക്കോടാലികൾ,
അന്തരീക്ഷ പ്രതിരോധത്തിനുള്ള
അനുഷ്ഠാനപ്പൊയ്മുഖങ്ങൾ,
അണുപ്രസര ഗദകൾ,
അവസാനമായി (പ്ലയോസിൻ കാലഘട്ടത്തിലെ
വളരെയധികം അന്വേഷണവിധേയമായ നാശകാരി)
വിമാനം–അത്യന്തം ദുർലഭമായ ഒരു വസ്തു.

ഹവാന, ജൂൺ 5   ഡയറക്ടർ

പ്രഭാഷകർ

ഇവിടെയാണ് പ്രഭാഷകർ
ചിലരൊക്കെ സംസ്ഥാന ചാമ്പ്യന്മാർ
മറ്റുള്ളവർ ഒളിമ്പിക് ചാമ്പ്യന്മാർ
ഇനിയുള്ളവർ ഒന്നുമല്ല, പ്രഭാഷകർ പോലുമല്ല.
അവരുടെ ചിറകുകൾ വ്യത്യസ്തം
എങ്കിലും ഒരു താഴ്ന്നതരം മഞ്ഞ
തെളിഞ്ഞു കാണാം
നിങ്ങൾക്കു കാണാവുന്നതുപോലെ
കുഴപ്പം... ഭയങ്കരം....
മഹതികളേ! മഹാന്മാരേ!
സഖാക്കളേ! പ്രിയപ്പെട്ട കുഞ്ഞുങ്ങളേ!

സംപൂജ്യനായ അദ്ധ്യക്ഷരേ!
ബഹുമാന്യ പ്രതിനിധികളേ!
മാന്യ അതിഥികളേ!
സുഹൃത്തുക്കളേ...
ഞാൻ വികാരാധീനനാണ്,
ഇതാദ്യമായിട്ടാണ്,
ഇന്നുരാത്രി ഒരു പ്രസംഗം നിങ്ങൾ
എന്നിൽ നിന്നു പ്രതീക്ഷിക്കരുത്,
എന്നെ അനുവദിക്കുക,
എനിക്കെങ്ങനെയാണ് ധൈര്യം വരിക?
എത്ര വ്യത്യസ്തം! മഹാനായ ക്രിസ്തഫർ– കൊളംബസ്
പരേതന്റെ കുടുംബം.

അവസാനം ശബ്ദം പരുക്കനായപ്പോൾ
അധികപദങ്ങൾ അവർ കവിൾക്കൊണ്ടശേഷം
(വളരെ കുറച്ചുമാത്രം)
ചടങ്ങുകൾ തുടർന്നു.
മഹാത്മാക്കളേ
ഒരു പ്രസംഗം ഇന്നു രാത്രി
ധീനനാണ് കുഞ്ഞുങ്ങളേ മാന്യ
കാരാധീന–
പരേത എങ്ങനെ ധൈര്യം
കൊളംബസ്.

സ്വപ്നം

ഈ നിശാശലഭം
തലയ്ക്കുചുറ്റും ഒഴുകി നടക്കുന്നു;
ശവത്തിനു മുകളിൽ ഈച്ചപോലെ.
(ഇവിടെ പ്രദർശിപ്പിക്കുന്ന മാതൃക
സാധാരണ സ്വപ്നം മാത്രം)
എന്നാൽ
വർഷാവസാനത്തോടെ
ഒരുപക്ഷേ, അതിലും നേരത്തെ
തെരഞ്ഞെടുത്ത ഒരുപറ്റം സ്വപ്നം–
ആണും പെണ്ണും–ഞങ്ങൾ പ്രതീക്ഷിക്കുന്നു.
അഞ്ചുപെട്ടിസെറ്റ്––സെ ഈച്ചകൾക്ക്
മിനിഞ്ഞാന്നു ഓർഡർ അയച്ചു കഴിഞ്ഞു.

ഗോറില്ല

ഏതാണ്ട് മുഴുവനും മനുഷ്യനായ
ഒരു മൃഗമാണ് ഗോറില്ല.
ഒരു മാതിരി ശരിയായ ഉള്ളംകാലുകളുണ്ട്,
ഒരു മാതിരി ശരിയായ ഉള്ളംകൈകളുണ്ട്,
ആഫ്രിക്കൻ വനത്തിലെ
ഗോറില്ലയെപ്പറ്റിയാണ് ഞാൻ പറയുന്നത്.
നിങ്ങളുടെ മുമ്പിലുള്ള ഈ മൃഗം
ഏതാണ്ട് മുഴുവനും ഗോറില്ലയാണ്.
ശരിയായ ഉള്ളംകാലുകളില്ല,
ശരിയായ ഉള്ളംകൈകളില്ല,
അമേരിക്കൻ ഗോറില്ലയെയാണ്
നിങ്ങൾ കാണുന്നത്.

മഹത്തായ മൃഗശാലയ്ക്കുവേണ്ടി
അതിന്റെ പ്രതിനിധി
ഒരു പട്ടാള പാളയത്തിൽനിന്നു വാങ്ങിയതാണിത്.

മാമ്മൻ മാക്കാൻ

നാൽക്കാലിയുഗത്തിൽ ഹൈറ്റിയിൽ
നിലനിന്നിരുന്ന ഒരു ശ്വാനവർഗ്ഗം
കൊട്ടാരത്തിന്റെ അവശിഷ്ടക്കൂനകൾക്കടുത്ത്
രാഷ്ട്രപതി മന്ദിരത്തിനകത്ത്
കണ്ട മാതൃക
ഒരു ജനകീയ സമരത്തിൽ
ചൊവ്വാക്കണ്ടത്തിന് മുന്നിൽവച്ച്
വെടികൊണ്ട് ഇടംകാൽ നഷ്ടപ്പെട്ടു
നെറ്റി പിളർന്ന മഴുവെട്ടു കാരണം
താമസിയാതെ മരിക്കും.
പ്രകൃതി ചരിത്ര കാഴ്ചബംഗ്ലാവിൽ
ഇതിനുവേണ്ടി ഒരു പ്രദർശനക്കൂട് തയ്യാറാക്കുന്നുണ്ട്.

അണുബോംബ്

ഇതാണ് അണുബോംബ്, നോക്കൂ-
ഉറങ്ങുകയാണ്, വടിയും കമ്പും മുള്ളും കല്ലും കൊണ്ട്
അതിനെ പേ പിടിപ്പിക്കരുതേ...!
ആഹാരം കൊടുക്കുന്നത് നിരോധിച്ചിരിക്കുന്നു
കയ്യും കണ്ണും സൂക്ഷിക്കുക!
ഡയറക്ടർ
അറിയിപ്പ് നൽകിക്കഴിഞ്ഞു.
എന്നിട്ടും ആരും ഗൗനിക്കുന്നില്ല;
മന്ത്രിപോലും.

ഒരു വലിയ അപകടമാണ്
ഈ മൃഗം ഇവിടെ.

ധ്രുവനക്ഷത്രം

ധ്രുവനക്ഷത്രം
നിർബാധം തുടരുന്നു.
പത്തുദശലക്ഷം ടൺ -
(മഞ്ഞ്, തണുത്ത വെളിച്ചം, വാതകം)
അതിൽ കൂടുതലും-ദിവസംതോറും
ഈ ഭീമാകാര ജന്തുവിന്റെ
ചട്ടത്തിൽനിന്നു നഷ്ടപ്പെടുന്നു.

അവിടെ നോക്കിയാൽ
കാണാം
വിടവുകളിലൊക്കെ പഞ്ഞിക്കെട്ടുകൾവെച്ചു
നിറയ്ക്കാൻ ഞങ്ങളുടെ നവീകരണസംഘം ശ്രമിക്കുന്നു.
പക്ഷേ അതു മതിയാകുന്നില്ല,
കൂടിയാൽ നാലു ശതാബ്ദത്തിനുള്ളിൽ
നാവികയാത്രികർ
ഇരുണ്ട കടലിൽ വഴിതപ്പിയലയും.

എന്തൊരു ചുമതല!

നിലനിർത്താൻ ഏറ്റവും വിഷമം.
ചെലവാണെങ്കിൽ ഏറ്റവും അധികം.

പുറത്തേക്കുള്ള വഴി

ഇന്നത്തെ സന്ദർശനം ഇവിടെ തീരുന്നു.
നാളെ മറ്റൊരു ദിവസം
നമുക്കു മഹത്തായ മൃഗശാലയിൽ വീണ്ടും വരാം.
അമ്പ് അടയാളം നോക്കിപ്പോകുക
പിന്നിൽ (ഇടതുവശത്ത്)

സലിഡാ
പുറത്തേക്കുള്ള വഴി
സോർതീ.

പുതിയ കാവ്യദേവത

റൊമാൻസ്

1956 ഡിസംബർ 2–ന് ഗ്രാൻമാ എന്ന പൊട്ടക്കപ്പലിൽ ഫിദെൽ കാസ്ത്രൊ ഉൾപ്പെടെ 82 പേർ ക്യൂബയിലെ സാന്തിയാഗോയിൽ വന്നിറങ്ങുന്നു. കാത്തുനിന്ന പട്ടാളക്കാർ പലരെയും കൊന്നു. രക്ഷപ്പെട്ട കുറെപ്പേർ സിയെറാമേസ്ത്രാ എന്ന കുന്നിൻ പുറത്തുകൂടി. അവിടെനിന്നാണ് ക്യൂബൻ വിപ്ലവം ആരംഭിക്കുന്നത്.

കടൽപ്പുറത്തെ ഗ്രാൻമായിൽ
കാസ്ത്രോയും കൂട്ടരുമായ്:
അതിലേറെക്കാണുമല്ലോ
ഒരു കതിരിൽ നെന്മണികൾ

കലങ്ങുന്നു കടലാകെ,
കരയിലോ ജാഗ്രതയും,

കരയെത്തിയിറങ്ങുന്നു
കഠിനമുഖരവരെല്ലാം
കഠിനമത്രേ മുഖദീപ്തി–

ക്ഷൗരകർമ്മം ചെയ്ത മുഖം,
നെറ്റിമേലേ ശലഭങ്ങൾ;
ചെരുപ്പിന്മേൽ ആറ്റുചെളി.

മരണവും ജാഗ്രതയായ്
പടയാളി വേഷത്തിൽ,
ചെം മഞ്ഞക്കുപ്പായം;

അമേരിക്കൻ കൈത്തോക്കും.
മുറിവേറ്റോർ വീഴുന്നു;
ചിലർ മുൻപേ മൃതരല്ലോ.

കൈവിരലിനെണ്ണത്തിൽ
കുറവായ ചിലരെല്ലാം
ആശയോടെ പനിതാണ്ടി
കീർത്തിക്കായ് കുതികൊൾവൂ.

ഉണരുന്ന വഴിതോറും
ഉത്സാഹം പാട്ടുകളും
പൂവുകളും മുഷ്ടികളും
ഉയരുന്നു ഘോഷരവം.

ആദിത്യൻ തിളങ്ങുന്നു,
അങ്കവെടി മുഴങ്ങുന്നു,

ആദ്യമവർ കുന്നിന്റെ
നിറുകയിലോ കയറുന്നു
അവരുടെ ഹൃദയമൊരു
താവളമോ കാണുന്നു.

കളിപ്പക്ഷി കൂവുന്നു.
കാൽനടയായ് കൊടുമുടിയിൽ
അവരെത്തി കേൾക്കുന്നു.
നേതാവിൻ നിലയോടെ
കാസ്ത്രോയും പറയുന്നു:-

ഇക്കുന്നിൻനിര നമ്മളിറങ്ങിച്ചെല്ലും-ഒരു-
കൈത്തോക്കിൻ കടലാകും പടനിലമാകെ!

ബ്രസീൽ–കൊപ്പാക്കബാനാ

കൊപ്പാക്കബാനാ
ബ്രസീലിലെ ആകാശത്തിനു കീഴിൽ
വെളുത്ത സ്വപ്നംപോലെ

ഇംഗ്ലീഷുകാർ
അർജന്റീനക്കാർ
ഫ്രഞ്ചുകാർ
ടുണീസുകാർ
യാങ്കികൾ (എപ്പോഴും ബാറിലെ
ബഹളത്തിനു സമീപം)

മണൽപ്പുറത്തുവന്നു മലർന്നു കിടക്കുന്ന
ആ കനകാംഗി:–
കടലിൽനിന്ന് ഒരാൺകാറ്റും
കാത്തിരിക്കയാണോ അവൾ?

വിൽക്കാൻ പറ്റുമോ

നിനക്കു വിൽക്കാൻ പറ്റുമോ,
വിരലുകൾക്കിടയിലൂടെ കടന്നുപോകുന്ന കാറ്റ്?
മുഖത്തുവീശി മുടി അലങ്കോലപ്പെടുത്തുന്ന കാറ്റ്?
ഒരുപക്ഷേ, ഒരഞ്ചുപൈസക്കുള്ള കാറ്റ് വിൽക്കാമായിരിക്കും.
അല്ലെങ്കിൽ, ഒരു കൊടുങ്കാറ്റുതന്നെ വിറ്റുവെന്നുവരാം.
ഒരുപക്ഷേ, ശുദ്ധവായു നിനക്കു വിൽക്കാൻ പറ്റിയേക്കും.
എല്ലാ വായുവുമില്ലെങ്കിലും
നിന്റെ തോട്ടത്തിൽ പൂവുതോറും പരതിനടക്കുന്ന,
നിന്റെ തോട്ടത്തിൽ പാടുന്ന കിളികളെ
തേടിനടക്കുന്ന കാറ്റ്.
ശുദ്ധവായുവിന് പത്തുപൈസ.
കാറ്റുചുറ്റിവീശി ഒരു ചിത്രശലഭത്തിൽ ചരമമടയുന്നു.
ആർക്കും അതു സ്വന്തമല്ല, ആർക്കും...

നിനക്കു വിൽക്കാൻ പറ്റുമോ?
ചിലപ്പോൾ നീലച്ചും ചിലപ്പോൾ വെളുത്തും കാണുന്ന
വീടിന്റെകൂടെ മേൽക്കൂര വാങ്ങിക്കുന്നതുപോലെ,
തോട്ടത്തിലെ വൃക്ഷങ്ങളോടൊപ്പം
നീ വിചാരിക്കുന്നതുപോലെ വിലയ്ക്കുവാങ്ങി
നിന്റെ ആകാശത്തുണ്ടും നിനക്കുവിൽക്കാൻപറ്റുമോ?
ഒരു ഡോളർ ആകാശം, രണ്ടുകിലോമീറ്റർ
ആകാശം, ഒരേക്കർ........!
എന്തെങ്കിലുമാകട്ടെ നിനക്കു വിൽക്കാൻ പറ്റുമോ?
ആകാശം മേഘങ്ങളിലാണ്
മേഘങ്ങൾ ഉയരത്തിൽ കടന്നുപോകുന്നു
ആർക്കും അതുസ്വന്തമല്ല, ആർക്കും...!
നിനക്കു വിൽക്കാൻ പറ്റുമോ?
നിനക്കു വിൽക്കാൻ പറ്റുമോ?

നിനക്കു നിന്റെ കണ്ണീരു തന്ന,
നിന്റെ നാക്കുനനയ്ക്കുന്ന വെള്ളം, മഴ,
ആറ്റിൽനിന്നു ഒരു ഡോളർ വെള്ളം.

അല്ലെങ്കിൽ, കുഞ്ഞാടുപോലെ
ചുരുണ്ടു മസൃണമായ ഗർഭമേഘം.
അല്ലെങ്കിൽ, കുന്നിൻമുകളിലെ മഴവെള്ളമെങ്കിലും.
അല്ലെങ്കിൽ, പട്ടികൾക്കുവേണ്ടി
കളഞ്ഞ ചെളിക്കുണ്ടിലെ വെള്ളം.
അല്ലെങ്കിൽ ഒരു നാഴികക്കടൽ, ഒരു തടാകം,
തടാകമൊന്നിന് നൂറു ഡോളർവെച്ചു വിൽക്കാൻ പറ്റുമോ?

വെള്ളമൊഴുകുന്നു, ഉരുളുന്നു.
വെള്ളമുരുളുന്നു, മറയുന്നു.

നിനക്കു വിൽക്കാൻ പറ്റുമോ?
ഭൂമി, വേരുകളുടെ ആഴത്തിലെ രാത്രി,
ദിനോസർപ്പല്ലുകൾ, വിദൂരാസ്ഥി-
കൂടത്തിൽനിന്ന് തെറിച്ച കുമ്മായം,
മണ്ണിൽമറഞ്ഞ കാടുകൾ,
നശിച്ചടിഞ്ഞ പക്ഷികൾ,
ഉറഞ്ഞുകല്ലായ മത്സ്യം,
സഹസ്രകോടി വർഷം
ചുറ്റിത്തിരിഞ്ഞുയർന്ന
അഗ്നിപർവ്വതങ്ങളുടെ ഗന്ധകം
നിനക്കു വിൽക്കാൻ പറ്റുമോ?
ഭൂമി വിൽക്കാൻ പറ്റുമോ? നിനക്കീ-
ഭൂമി വിൽക്കാൻ പറ്റുമോ?
നിന്റെ ഭൂമിതന്നെ എന്റെ ഭൂമി,
എല്ലാ കാലുകളും അതിന്മേൽ ചവിട്ടി നടക്കുന്നു.
ആർക്കും അതു സ്വന്തമല്ല-ആർക്കും.

തുർക്കിനോക്കുന്നിലൊരു കളിപ്പക്ഷി പാടുന്നു

യാത്രക്കാർ ഇവിടെ വിമാനം മാറിക്കയറണം
സ്വപ്നത്തിലേക്ക്!
"അതേ സർ, അങ്ങനെതന്നെ സർ,
ഞാൻ അങ്ങു ക്യൂബയിൽ ജനിച്ചവൻ,
എന്റെ പടിക്കലൊരു
പനന്തോട്ടം സർ,
ഇതിലേ കടന്നു പോകുന്നു."
"പഞ്ചസാരയുണ്ടോ?"
"ഉണ്ടു സർ."
വളരെ ആഴത്തിലടിഞ്ഞു കിടക്കുന്ന പഞ്ചസാര,"
"കടലിലോ? ഒരു പഞ്ചസാരക്കടൽ?"
"ഒരു കടൽ."
"പുകയിലയോ?"
"ഉണ്ടു സർ."
വളരെ ആഴത്തിൽ നിന്നുയരുന്ന പുകയും
ചൂടു കാലാവസ്ഥയും.
"റംബാ വഴിയറിയാമോ?"
"വയ്യ സർ,
അതെനിക്കറിഞ്ഞുകൂടാ."
"ഇംഗ്ലീഷോ? സംസാരിക്കാനറിയാമോ?"
"വയ്യ സർ, ഇല്ല സർ,
"എനിക്കോർമ്മിക്കാൻ വയ്യ."
യാത്രക്കാർ ഇവിടെ വിമാനം
മാറിക്കയറണം, സ്വപ്നത്തിലേക്ക്!
പിന്നീടു നിലവിളി, പിന്നെ വേദന,
ജീവിതവും അതിന്റെ പെട്ടെന്നുള്ള

അവസാനവും കഴിഞ്ഞശേഷം
രക്തവും അതിന്റെ നിതാന്ത ദീപ്തിയും കഴിഞ്ഞശേഷം
ഞാൻ ഇവിടെത്തന്നെ നിൽക്കുന്നു.
ഇന്നിതാ നാളെ ആയിക്കഴിഞ്ഞു.
മിസ്റ്റർ വുഡ്, മിസ്റ്റർ റ്റാഫ്റ്റ്, പോയ് വരട്ടെ,
മിസ്റ്റർ റുഗൂൺ, പോയ് വരട്ടെ.
മിസ്റ്റർ ലിഞ്ച്, പോയ് വരട്ടെ.
മിസ്റ്റർ ക്രൗഡർ, പോയ് വരട്ടെ.
മിസ്റ്റർ നിക്സൺ, പോയ് വരട്ടെ.
മിസ്റ്റർ രാത്രി, മിസ്റ്റർ നിഴൽ, പോയ് വരട്ടെ.
അനേകായിരം ജന്തുജാലമേ,
എന്നേക്കുമായി പോയ് വരട്ടെ...
ഞാൻ യാത്ര പറയട്ടെ...
ഇന്നു നേരത്തെയാണ്, എനിക്കു ജോലി തുടങ്ങണം.
ഇപ്പോൾതന്നെ താമസിച്ചുപോയി.
പുലരി തിളങ്ങുന്നു,
പാറയിലൂടെ നദി ഒഴുകുന്നു, നമസ്തേ ഫിദെൽ,
നമസ്തേ പതാകേ, നമസ്തേ മുദ്ര മാതൃകേ,
പനന്തോട്ടമേ,
കുഴിച്ചിട്ട ശരമേ, നമസ്തേ.
നമസ്തേ പതക്കത്തിലുള്ള മുഖരൂപമേ,
ഓട്ടിൽ വാർത്ത താടിയുള്ള രൂക്ഷമുഖമേ
നിന്റെ വലംകയ്യും പ്രതികാരായുധവും
നമസ്തേ കടുത്തകല്ലേ, മേസ്ത്രാക്കുന്നിൻ-
നിരയുടെ ഉറച്ച തിരകളേ
നമസ്തേ എന്റെകൈകളേ, എന്റെ സൂപ്പേ,
എന്റെ സ്പൂണേ,
എന്റെ കടയേ, എന്റെ വീടേ, എന്റെ ഉറക്കമേ,
നമസ്തേ എന്റെ നെല്ലേ, എന്റെ ചോളമേ,
എന്റെ വസ്ത്രമേ, എന്റെ ചെരുപ്പേ,
നമസ്തേ എന്റെ പാടമേ, എന്റെ പുസ്തകമേ,
എന്റെ സൂര്യ,
എന്റെ പാരമ്പര്യം കുറഞ്ഞ രക്തമേ,
നമസ്തേ ഞായറാഴ്ച വേഷമണിഞ്ഞ ജന്മനാടേ,
നമസ്തേ ശ്രീമാൻ, ശ്രീമതീ,
നമസ്തേ പുതിയ ജീവിതത്തിലേക്കു
ജനിച്ച കുന്നിൻപുറത്തുകാരാ,
നമസ്തേ വഴിയിൽ പാട്ടുംപാടി
പുലർവെളിച്ചത്തിൽ തിളങ്ങുന്ന കുട്ടീ,

നമസ്തേ തൊഴിലാളി, നമസ്തേ–
കാർബൈൻ, നമസ്തേ ട്രാക്ടർ,
നമസ്തേ പഞ്ചസാരേ, നമസ്തേ–
കവികളേ, നമസ്തേ ഘോഷയാത്രകളേ,
നമസ്തേ കന്നിക്കരിമ്പുതണ്ടുപോലെ
പൊക്കമുള്ള കന്യകളേ,
നമസ്തേ പാട്ടുകളേ, കൊടിക്കൂറകളേ,
നമസ്തേ ഹാ! എന്റെ ചോരക്കുഴലുകളുടെ നാടേ,
മുഷ്ടികൾ കരുപ്പിടിപ്പിച്ച ചോളക്കതിരുകളേ,
വിജയത്തിന്റെ മണിമുഴക്കമേ,

പാടങ്ങളിൽ പുതുമഴയുടെ മണം.
അവമാനബോധം തീണ്ടാതെ
കറുത്ത തലയും വെളുത്ത തലയും
ഒരേ നീണ്ട റോഡിലൂടെ നടന്നുപോകുന്നു.
ശത്രുവിനു പോറൽവീശി സൗഹൃദയാത്രാമംഗളം.
ആകാശമാകെ ഹരിതം,
തുർക്കിനോക്കുന്നിലൊരു
കളിപ്പക്ഷിപാടുന്നു:–
നമസ്തേ ഫിദെൽ!

അനേകം രക്തം

1961–ൽ അമേരിക്കൻ ബോംബേറ്റു മരിച്ച സ്വാതന്ത്ര്യഭടൻ എഡ്വാർഡോ ഗാർസിയ സ്വന്തം രക്തത്തിൽ 'ഫിദെൽ' എന്നെഴുതുകയുണ്ടായി.

ചത്തുവീഴുന്ന നേരത്തൊരു ഭടൻ
രക്തമേന്തി 'ഫിദെൽ' എന്നെഴുതുകിൽ
ദുഃഖമായ് വിലപിക്കാതിരിക്കു,കാ–
രക്തമിജ്ജന്മനാടിന്റെ മുദ്രണം.

വേദനയിലാശബ്ദം വിതുമ്പുകിൽ
നാവുകിട്ടാതെ വിങ്ങിപ്പൊലിയുകിൽ
മിണ്ടരുതെന്നു മിണ്ടാതിരിക്ക,തു–
ജന്മനാടിന്റെ നാവായ് മുഴങ്ങുന്നു.

ജീവനറ്റൊരാ ദേഹമീ ഭൂമിയിൽ
വീണു ഭൂമിയതും മൂടിവയ്ക്കുകിൽ
ദുർബലമെന്നു ചൊല്ലാതിരിക്ക,തു–
പെറ്റനാടിനായ് നിന്നു ജ്വലിക്കുന്നു.

ഛിന്നഭിന്നമായപ്പൊഴുമേകമായ്
നിന്നൊരാക്കരൾ നിർത്തില്ലൊരുത്തനും
ചൊല്ലിടായ്കവൻ പോയെ,ന്നനേകമായ്
ചിന്തിടുന്നവൻ രക്തമീ ക്യൂബയിൽ.

വിമാനം

ഈ യുഗം കഴിയുമ്പോൾ, മർത്ത്യരേഖകളെല്ലാം
തീപോലെ ശതാബ്ദങ്ങൾ ദഹിച്ചു കഴിയുമ്പോൾ,
മർത്ത്യന്റെ വളർച്ചയ്ക്കു തെളിവില്ലാതാകുമ്പോൾ,
അജ്ഞന്റെ ക്ഷമയോടെ നാം വീണ്ടും തുടങ്ങുമ്പോൾ,
മരിച്ച പരിഷ്കാര ചിഹ്നങ്ങൾ കാണായ്‌വരും:
മലതൻ മുകളിലോ താഴെയോ തുരുമ്പിച്ചു
മരുവും വിചിത്രമാം സ്മാരകംപോലെ കുഴി-
ച്ചെടുക്കും വിമാനത്തിന്നസ്ഥികൂടത്തെ നോക്കി
ഭാവിതൻ പ്രകൃതിവിജ്ഞാനികളെന്തോതുമോ?

അത്ഭുതം കൂറീട്ടവർ വർണ്ണിച്ചുവെയ്ക്കും-ഏതോ
നഷ്ടജന്തുവിന്നവശിഷ്ടമാതൃകയെന്നായ്.

വല്ലവരും പറഞ്ഞിരുന്നെങ്കിൽ

നാം രണ്ടുപേരും
വെറുംപരിചയക്കാർ മാത്രമായിത്തീരുന്ന
ഒരു കാലം വരുമെന്ന്
വല്ലവരും പറഞ്ഞിരുന്നെങ്കിൽ
ഞാനതു വിശ്വസിക്കയില്ലായിരുന്നു.

വെറും പരിചയക്കാരെപ്പോലെ
വെയിലിനെയും മഴയെയുംപറ്റി
അലസമായി സംസാരിക്കുന്നതു
വല്ലവർക്കും കാണേണ്ടിവരുമെന്ന് പറഞ്ഞിരുന്നെങ്കിൽ
ഞാനതു വിശ്വസിക്കയില്ലായിരുന്നു.

ഹാ, എന്തു മൂർച്ചയുള്ള കഠാരയാണിത്!
അതിന്റെ മുറിവിൽ നിന്നു ചോരയൊഴുകി
ഞാൻ മരിക്കുമെന്നു
വല്ലവരും പറഞ്ഞിരുന്നെങ്കിൽ
ഞാനതു വിശ്വസിക്കയില്ലായിരുന്നു.

പുതിയ കാവ്യദേവത

പണ്ട് കവി ഗായകനായിരുന്നു.
വാദ്യവൃന്ദത്തിന്റെ മുൻപിൽ നിന്നു നൃത്തം ചെയ്തിരുന്നു.
ഓടക്കുഴലിന്റെ നിശ്വാസങ്ങളും,
ഫിഡിലിന്റെ നിർബന്ധങ്ങളും,
കീഴ്സ്ഥായിവാദ്യത്തിന്റെ പരുക്കനായ അപ്പൂപ്പൻതൊണ്ടയും,
ചെണ്ടയുടെ അടക്കമൊതുക്കമില്ലായ്മയും,
എല്ലാം മാന്ത്രികവടികൊണ്ട് ആകർഷിച്ചിരുന്നയാൾ.
ബഹളത്തിനിടയിൽ
അയാൾ മദ്യപിച്ചു മത്തുപിടിച്ചു.
ഇപ്പോൾ കവി തന്നിലേക്കുതന്നെ വലിയുന്നു.
അവിടെ അകത്തൊരു വാദ്യവൃന്ദം നയിക്കുന്നു.

മഴ

മഴ പെയ്യുന്ന സായാഹ്നത്തിൽ
ഈയംപോലുള്ള ആകാശത്തിനു കീഴിൽ
ഏകതാനമായ കണ്ണീരൊഴുക്കുമായി
വെള്ളം വിലപിക്കുന്നു.
മഴത്തുള്ളി മുത്തണിഞ്ഞ്
അലങ്കരിച്ചു നിൽക്കുന്ന
മരക്കൊമ്പുകൾ വിറയ്ക്കുന്നത്
ജനലിലൂടെ എനിക്കു കാണാം.
ആറ്റിൽ വെള്ളം പൊങ്ങി
നാലു കുടിലുകൾ മറിച്ചിട്ടിരിക്കുന്നു.
(ഒരു റോസാപ്പൂവിൽ മുങ്ങിമരിച്ച
ഉറുമ്പിന്റെ ദീർഘയാത്ര ഓർത്തു ഞാൻ
ഞെട്ടിപ്പോകുന്നു)

നാടൻപാട്ട്

പ്രാവേ പ്രാവേ വരൂ വരൂ നിൻ
വേദന നിറയും കഥ പറയൂ...

തോക്കും കൊടിയുമെടുത്തു രണ്ടുപേർ
പോകുന്നതു ഞാൻ കണ്ടല്ലോ.
വർണ്ണക്കുതിരയിലൊന്നാമൻ
കറുത്ത കുതിരയിൽ മറ്റേയാൾ.

വീടും കുടിയും മറ്റേതോ
വിദൂരനാട്ടിൽ വിട്ടിട്ട്,
വിദ്വേഷത്തിൽ കൂട്ടോടെ
കയ്യിൽ മരണവുമോതീട്ട്,

"എങ്ങോട്ടിപ്പോൾ"? ചോദിച്ചേൻ:
ഒരുമിച്ചിരുവരുമോതുന്നു
"പ്രാവേ ഞങ്ങൾ പോകുന്നു,
യുദ്ധം ചെയ്യാൻ പോകുന്നു."

അങ്ങനെ പറകെയൊരെട്ടുകുതിര-
ക്കുളമ്പുമായവർ പായുന്നു.

പൊടിയും വെയിലുമേറ്റിട്ട്,
കൊടിയും തോക്കുമെടുത്തിട്ട്,
വർണ്ണക്കുതിരയിലൊന്നാമൻ,
കറുത്ത കുതിരയിൽ മറ്റേയാൾ.
പ്രാവേ, പ്രാവേ, വരൂ, വരൂ, നിൻ
വേദന നിറയും കഥ പറയൂ...
മുമ്പെങ്ങും കാണാത്തപോലെ ഞാൻ
രണ്ടു വിധവകളെക്കണ്ടല്ലോ;

ഒറ്റക്കണ്ണുനീർകൊണ്ടു തീർത്ത
രണ്ടു പ്രതിമകൾപോലെയവർ.
"എങ്ങോട്ടാണിപ്പോൾ പോകുന്നൂ
എന്റെ പെണ്ണുങ്ങളേ?" ചോദിച്ചേൻ.
"ഞങ്ങടെ ഭർത്താക്കന്മാരെ തേടി
ഞങ്ങൾ പോകുന്നു," പറഞ്ഞവരും.

അവരുടെ യാത്രയെപ്പറ്റി ഞങ്ങൾ
നോവുന്ന വാർത്തകൾ കേട്ടുവല്ലോ.
അവരു മരിച്ചു കിടക്കുന്നിപ്പോൾ
പുല്ലിൽ മൃതരായി വീണുവല്ലോ.

അവരുടെ വയറിൽപ്പുഴുവരിച്ചു,
അവരുടെ തലയീച്ചപൊതിയുന്നു,
അവരുടെ വെടിയില്ലാത്തോക്കു മൂകം;
അവരുടെ കൊടിയോ പറക്കുന്നില്ല.

വർണ്ണക്കുതിര പതറിപ്പോയി.
കറുത്ത കുതിര പറന്നുപോയി.
പ്രാവേ പ്രാവേ വരൂ വരൂ നിൻ
വേദന നിറയും കഥ പറയൂ...

നാഴികമണി

ചില നേരങ്ങളെനിക്കിഷ്ടം
രണ്ടേമുക്കാൽ മണിപോലെ,
കാരണമപ്പോൾ നാഴികമണിയൊരു
സുഹൃത്തിനെപ്പോലെ;
മധുരസ്നേഹം കൊണ്ടു കെട്ടി-
പ്പിടിച്ചിടുംപോലെ.

കാലവുമങ്ങനെ
പീഡനമേറ്റൊരു
ക്രിസ്തുവാണല്ലോ.
ഉടലിൻ മുറിവിൽ
സാവധാനമായ്
ചോരയൊഴുക്കീ-
ഭൂതഭാവി മദ്ധ്യത്തിൽ.

സെൻസെമയാ

(പാമ്പുകൊല്ലിത്തോറ്റം)

മയൊംബേ–ബോംബേ–മയൊംബേ!
മയൊംബേ–ബോംബേ–മയൊംബേ!
മയൊംബേ–ബോംബേ–മയൊംബേ!

കണ്ണാടിക്കണ്ണുമായ് വടിയിന്മേൽ ചുറ്റുന്നു
കണ്ണാടിക്കണ്ണുമായേ....

കാലുകളില്ലാതെ പാമ്പുനടക്കുന്നു
പുല്ലിനടിയിൽ പാമ്പു മറയുന്നു
പുല്ലിനടിയിൽ നടന്നു മറയുന്നു
കാലുകളില്ലാതെ തന്നെ നടക്കുന്നു.

മയൊംബേ–ബോംബേ–മയൊംബേ!
മയൊംബേ–ബോംബേ–മയൊംബേ!
മയൊംബേ–ബോംബേ–മയൊംബേ!

മഴുകൊണ്ടു വെട്ടിയാൽ പാമ്പുമരിക്കുന്നു
മഴുകൊണ്ടു വെട്ടിക്കോ!

കാലാൽ ചവിട്ടല്ലേ; കാലിൽ കടിക്കുമേ,
കാലാൽ ചവിട്ടല്ലേ പാഞ്ഞു കടിക്കുമേ!

സെൻസെമയാ പാമ്പ്
സെൻസെമയാ
സെൻസെമയാ കണ്ണുകൊണ്ടു
സെൻസെമയാ

സെൻസെമയാ നാക്കുകൊണ്ടു
സെൻസെമയാ
സെൻസെമയാ വായകൊണ്ടു
സെൻസെമയാ
ചത്തപാമ്പിനു തിന്നാൻ വയ്യേ
ചത്തപാമ്പിനു സീൽക്കാരമില്ലേ
ഓടാനും വയ്യേ നടക്കാനും വയ്യേ
ചത്തപാമ്പിനു കാണാനും വയ്യേ
ചത്തപാമ്പിനു കടിക്കാനും വയ്യേ
ശ്വസിക്കാനും വയ്യേ കടിക്കാനും വയ്യേ.

മയൊംബേ–ബോംബേ–മയൊംബേ!
സെൻസെമയാ പാമ്പ്
മയൊംബേ–ബോംബേ–മയൊംബേ!
സെൻസെമയാ–അനങ്ങുന്നില്ലേ
മയൊംബേ–ബോംബേ–മയൊംബേ!
സെൻസെമയാ പാമ്പ്
മയൊംബേ–ബോംബേ–മയൊംബേ!
സെൻസെമയാ ചത്തുപോയല്ലോ!

പുതിയ പെണ്ണ്

ജഘനത്തിൽ
ഭൂമധ്യവലയമുറപ്പിച്ച്
മണിനാഗപ്പുലരിത-
ന്നുടയാട ചുറ്റീട്ട്
കാപ്പിരിപ്പെണ്ണിതാ
മുന്നോട്ടു വരുന്നേ.

ബലമുള്ളൊരരക്കെട്ടും
പറയാത്ത വാക്കുകളും
ശബ്ദവും പല്ലും
പ്രഭാതവും ചാട്ടവുമായ്
പനയോല കിരീടം വ-
ച്ചണയുന്നു പുതിയ താ-
മൊരു ദേവതപോലവൾ.
യുവരക്തത്തള്ളലവൾ,
തുടിയുടെ താളത്തിൽ
തളരാത്ത കാൽകളവൾ.

പ്രണയഗാനം

തലയെക്കാൾ ചടുലം നിൻ ഗർഭപാത്രം, നിന്റെ
തുടപോലെ ചടുലമല്ലോ
ഉടലിന്റെ നഗ്നതയിൽ
ഉരുകിത്തിളയ്ക്കുന്ന
കറുപ്പിന്റെ കാന്തി.

ചെമ്പിച്ച മാലയും
സ്വർണ്ണ വളകളും
കണ്ണിന്റെ സാംബസിയിൽ
നീന്തിത്തുടിക്കുന്ന
ചീങ്കണ്ണിയും ചേർന്ന
നീ തന്നെ കാടിൻ പ്രതീകം.

കരിമ്പ്

കരിമ്പിനടുത്തു
കറമ്പൻ

കരിമ്പിൻതോപ്പിൽ
സായ്പ്പ്.

കരിമ്പിനടിയിൽ
മണ്ണ്

നാം നഷ്ടപ്പെടുന്ന
രക്തം.

കോൺറാഡോ ബെനിത്തേസിന്

നീഗ്രോ അധ്യാപകനായിരുന്ന കോൺറാഡോ ബെനിത്തേസിനെ 20–ാം വയസിൽ 1961–ൽ ബാത്തിസ്തയുടെ ആൾക്കാർ അയാളുടെ കുന്നിൻപുറത്തുള്ള സ്കൂളിൽ വെച്ച് തൂക്കിക്കൊന്നു.

പരിശുദ്ധ ജീവിയായ ഗുരോ,
നിശ്ചല മുഖനായ കൊച്ചു യുവാവേ,
നിന്റെ ഇന്നിനെ കൊന്നിട്ടവരാരായാലും
അവർക്ക് എങ്ങനെ ഭാവിയെ കൊല്ലാമെന്നു തോന്നി?

നിന്റെ നെറ്റിയിലെ
പിനിനീർപൂക്കൾ ഭദ്രമായിരിക്കുന്നു.
നിന്റെ രക്തം കാലത്തിനു
കഴുകാനൊക്കാത്തവിധം അഗാധം.

കാറ്റു വീശുമ്പോൾ അതിൽ
മധുരസുഗന്ധം പൊഴിയുന്ന,
ലില്ലിപ്പൂക്കൾ വളരുന്ന, ഈ വിശുദ്ധകുടീരത്തിൽ
സ്വപ്നശലഭങ്ങൾ അവയുടെ വീടു കണ്ടെത്തുന്നു.

നിന്റെ വിദ്യാലയം ഉയർന്നു തിളങ്ങിയിരുന്ന
ഉയർന്ന പർവതങ്ങളിൽ
വെളുത്ത പകലുകൾ തിളങ്ങിത്തന്നെ വിടരുന്നു.
ജ്വലിക്കുന്ന ചിറകുകളുമായി പ്രാവുകൾ പറക്കുന്നു.

പ്രാവിന്റെ പാട്ട്

ദൂരെ ന്യൂയോർക്കിൽ പറന്നുപോയ് വന്നോരു
പ്രാവു വന്നെന്നോടു ചൊല്ലി;
"നേരെ പറന്നു സ്വതന്ത്രമായെങ്കിലും
താരവും പൂവും കണ്ടില്ല."

കല്ലും പുകയും
കണ്ടൂ, പിന്നെ
പുകയും കല്ലും,
ഈയവും തീയും,
തീയും കല്ലും പുകയുമീയവും
കണ്ടവൾ, എപ്പോഴും കണ്ടു.

പ്രാവേ, നീയൊരു
നീഗ്രോ കരയുന്നതും
കണ്ടുവോ?

"ഇല്ല."
പ്രാവേ നീ കണ്ട നീഗ്രോ
പാടുകയായിരുന്നോ?
"ആയിരുന്നു."

ഞാൻ കണ്ട നേരത്തു
പാട്ടൊന്നു പാടിക്കൊ-
ണ്ടെന്നെയും സ്വീകരിച്ചു.
പാട്ടിതു പാടിയിരുന്നു:
സ്വപ്നങ്ങൾ കാണുന്നൊരുത്തൻ തന്നൊരു
സ്വപ്നമെനിക്കുണ്ടേ, പ്രാവേ...
സ്വപ്നമതുകൊണ്ടു പ്രാവേ ഞാനൊരു
താരവും പൂവും രചിക്കും

താരവും ദീപ്തിയും
പൂവിന്റെ കാന്തിയും.
പാട്ടുപാടീടുന്നൊരുത്തൻ തന്നൊരു
പാട്ടെനിക്കുണ്ടേ, പ്രാവേ:
അപ്പാട്ടുകൊണ്ടു പ്രാവേ ഞാനൊരു
കീർത്തനം, ഗാനം രചിക്കും.
(ജിം ക്രോവിനെതിരായ കീർത്തനം
ശാന്തി, ശാന്തി തൻ ഗാനം)
പ്രാവേ കേൾക്കൊരു കൊല്ലൻ തന്നോ–
രിരുമ്പു കഷണമെനിക്കുണ്ടേ.
അതുകൊണ്ടു ഞാനിന്നു നിർമ്മിക്കും
അരിവാളും ചുറ്റികയും പ്രാവേ.
(ചുറ്റികകൊണ്ടു ഞാനാഞ്ഞടിക്കും
അരിവാളുകൊണ്ടു ഞാൻ വെട്ടിമുറിക്കും)

ഹോ ചി മിൻ

നീണ്ട യാത്ര കഴിഞ്ഞ്
ഹോ ചി മിൻ
സൗമ്യൻ ഉത്തിഷ്ഠവാൻ
കുപ്പായത്തിന്റെ നിറഞ്ഞ വെണ്മയിൽ
ജ്വലിക്കുന്ന തുറന്ന ഹൃദയം.

വാല്യക്കാരനില്ല, വേലക്കാരനുമില്ല
കുന്നുകളും മരുഭൂമികളും താണ്ടിവന്നു.
ഉടുപ്പിന്റെ വെളുപ്പിൽ
തുറന്ന ഒരു ഹൃദയം മാത്രം.

യാത്രയ്ക്കു മറ്റൊന്നും വേണ്ടായിരുന്നു.

പറയൂ

ക്യൂബ വിട്ടുപോയവരേ
പറയൂ,
ഇതുപോലെ
പച്ചയ്ക്കുമേൽ പച്ചയുള്ള
നീലയ്ക്കുമേൽ നീലയുള്ള
മാനത്തിൻ കീഴിൽ
നിരയായിപ്പനയുള്ള
നാടെവിടെക്കാണുമെന്നു
പറയൂ...
സ്വന്തഭാഷ മറന്നവരേ
പറയൂ
മറുഭാഷ ചവയ്ക്കുന്നവരേ
പറയൂ നിങ്ങൾ
ഊമകളായെങ്ങനെ കഴിയും?
പറയൂ....
നാടുവിട്ടുപോയവരേ
പറയൂ,
സ്വന്തമച്ഛൻ കുരിശിൻകീഴിൽ കിടക്കുമ്പോൾ
നിങ്ങടെയെല്ലെവിടെക്കൊണ്ടിടുമെന്നു-
പറയൂ,
ഓ പറയൂ ദരിദ്രവാസീ
പറയൂ,
പച്ചയ്ക്കുമേൽ പച്ചയുള്ള
നീലയ്ക്കുമേൽ നീലയുള്ള
മാനത്തിനു കീഴിൽ
നിരയായിപ്പനയുള്ള
നാടെവിടെക്കാണുമെന്നു
പറയൂ....

എനിക്കു കിട്ടി

ഇന്നലെ വെറും ഒന്നുമില്ലാ ജോണായിരുന്ന ഞാൻ
എന്നെത്തന്നെ നോക്കുകയും തൊടുകയും ചെയ്യുമ്പോൾ,
ഇന്ന് എല്ലാമുള്ള ജോണായിത്തീർന്ന ഞാൻ
എന്നെത്തന്നെ നോക്കുകയും കാണുകയും തൊടുകയും
ചുറ്റുപാടും നോക്കുകയും ഇതെങ്ങനെ സംഭവിച്ചുവെന്ന് അത്ഭു
തപ്പെടുകയും ചെയ്യുന്നു.

എനിക്കു കിട്ടി–എന്തൊക്കെ?
സ്വന്തം നാട്ടിൽ നടക്കുന്നതിന്റെ
സന്തോഷം എനിക്കു കിട്ടി.
അവിടെ ഞാൻ ഉടമസ്ഥൻ
മുൻപ് എനിക്കു നിഷേധിക്കപ്പെട്ടിരുന്നതെല്ലാം
അടുത്തുനിന്നു പരിശോധിക്കുകയാണു ഞാൻ.

കരിമ്പ് എന്നെനിക്കു പറയാം.
കുന്ന് എന്നെനിക്കു പറയാം.
പട്ടണമെന്നെനിക്കു പറയാം.
പട്ടാളമെന്നെനിക്കു പറയാം.

എന്നേയ്ക്കും, എന്റേതും നിന്റേതും നമ്മുടേതും
സൂര്യതാരപുഷ്പങ്ങളുടെ ഐശ്വര്യസമൃദ്ധി!
എനിക്കു കിട്ടി, എന്തൊക്കെ?
കൃഷിക്കാരൻ, തൊഴിലാളി,
വെറും സാധാരണക്കാരനായ എനിക്ക്!
(ഉദാഹരണത്തിന്)
ബാങ്കിൽചെന്ന് മാനേജരുമായി സംസാരിക്കുന്നതിന്റെ
സന്തോഷം എനിക്കുണ്ട്.
ഇംഗ്ലീഷിലല്ല,
'സാർ' എന്നല്ല,
സ്പാനിഷിലെ പതിവുപോലെ 'ചങ്ങാതീ' എന്ന്.

എനിക്കുകിട്ടി, എന്തൊക്കെ?
കറുത്തവനായതുകൊണ്ട്
മദ്യശാലയിലോ നൃത്തശാലയിലോ
ഹോട്ടൽ പരവതാനിയിൽ ചവിട്ടുമ്പോഴോ
ആരും എന്നെ തടയുന്നില്ല,
കിടക്കാനിടമില്ലെന്നു വിളിച്ചു പറയുന്നില്ല.
അത്രവലുതൊന്നുമല്ല ഒരു ചെറിയമുറി.
വിശ്രമിക്കാനൊരിടം ഇല്ലെന്നു പറയുന്നില്ല.
എനിക്കുകിട്ടി, എന്തൊക്കെ?
എന്നെ പിടിച്ചുകെട്ടി തടവറയിലിടാനും
നാട്ടിൽനിന്നു പറിച്ചെടുത്തു-
നടുറോഡിലിട്ടു വലിക്കാനും
ഗ്രാമീണപോലീസ് ഇന്നില്ല.

എനിക്കുകിട്ടി, എനിക്കു നാടു കിട്ടി;
എനിക്കു കടലു കിട്ടി.
ക്ലബ്ബില്ല, ധൂർത്ത ജീവിതമില്ല,
ടെന്നീസും കളിവഞ്ചിയുമില്ല,
പക്ഷെ കടപ്പുറമായ കടപ്പുറവും
തിരമാലയായ തിരമാലയും
തുറന്ന നീലവിശാല ജനകീയത
അതായത് ഈ കടൽ!
എനിക്കുകിട്ടി, എന്തൊക്കെ?
എണ്ണാനും
വായിക്കാനും
എഴുതാനും
ചിന്തിക്കാനും
ചിരിക്കാനും ഞാൻ പഠിച്ചു.

എനിക്കുകിട്ടി, ഇന്നെനിക്കുകിട്ടി:
ജോലി ചെയ്യാനും
ആഹാരം തേടാനും
ഒരിടം.
എനിക്കു കിട്ടി, എന്തൊക്കെ?
എനിക്കു വേണ്ടതൊക്കെ എനിക്കുകിട്ടി.

വളരെ നന്ന്

വളരെ നന്ന്, കറുത്ത സഹോദരാ,
മനസിൽ സംശയം വരുമ്പോൾ നീ പാടുന്നത്
വളരെ നന്ന്;
തെക്കൻനാടുകളിലെ കുരിശേന്തിയ കറുത്തമനുഷ്യാ.

നിന്റെ കീർത്തനങ്ങൾ നന്ന്,
നിന്റെ മാതൃകകൾ,
വക്കീലന്മാരുടേതായ
വാദങ്ങളും ഘോഷയാത്രകളും
എല്ലാം വളരെ നന്ന്.

നീതിയിലേക്കുള്ള പാതയിൽ
നിന്റെ തെന്നിപ്പോക്ക് നന്ന്.
ഓ, ഷിക്കാഗോയിൽ നിന്നു വാഷിങ്ടണിലേക്കു
ശ്വാസം വിഴുങ്ങുന്ന
ആത്മാർത്ഥതയും ഋജുമനസ്സുമുള്ള തെന്നൽ വിദഗ്ധൻ
നിന്റെ പത്രപ്രസ്താവനകൾ നന്ന്.
സംഘടിതമായ നിന്റെ മുഷ്ടിചുരുട്ടൽ നന്ന്.
ലിങ്കന്റെ ഛായാചിത്രവും
എല്ലാം വളരെ നന്ന്.

ഡൈനമൈറ്റുപള്ളിയിലെ നിന്റെ മതപ്രസംഗം നന്ന്.
അമേരിക്കക്കാർക്കു പൗരാവകാശം നിഷേധിക്കുന്നതു
നിയമം–നിയമം? ഒരു കുറ്റകൃത്യമായി
കണക്കാക്കുന്നതുകൊണ്ട്
വെള്ളക്കാരനും അവന്റെ വിദ്വേഷവുമായി
സഹവർത്തിക്കുന്നതിനുള്ള
നിന്റെ വീരോചിത നിർബന്ധബുദ്ധിയും നന്ന്.

നന്ന്
എല്ലാം വളരെ നന്ന്.
ഉഗ്രം തന്നെ
തെക്കൻനാടുകളിലെ
കുരിശേന്തിയ കറുത്തസഹോദരാ.

പക്ഷെ, ജോൺ ബ്രൗണിന്റെ ഓർമ്മ പുതുക്കൂ.
കറുത്തവനല്ലാത്ത അയാൾ കയ്യിൽ
തോക്കെടുത്തു നിങ്ങളെ പിൻതാങ്ങി,

തോക്ക്: പട്ടാളക്കാരൻ വെടിവെക്കാനും വീശാനും
ഉപയോഗിക്കുന്ന കയ്യായുധം
(എന്നു നിഘണ്ടു നിർവചനം)
തോക്ക് (ഇംഗ്ലീഷിൽ ഗൺ)
അടിമകളുടെ
പ്രതികരണായുധം എന്നുകൂടി ചേർക്കണം.

പക്ഷെ, അതു സംഭവിക്കുകയാണെങ്കിൽ
(ചിലതൊക്കെ സംഭവിച്ചു പോകുമല്ലോ)
പക്ഷെ അതു സംഭവിച്ചാൽ സഹോദരാ,
നിന്റെ കയ്യിൽ തോക്കില്ലെന്നു വരികയാണെങ്കിൽ,
അങ്ങനെ വന്നാൽ–
എനിക്കറിഞ്ഞുകൂടാ–
മറ്റെന്തെങ്കിലും കരുതിവയ്ക്ക്.
ഒരു വടിയോ, മൺകോരിയോ,
ഒരു പാറയോ എന്തെങ്കിലും
നോവിക്കുന്ന എന്തെങ്കിലും,
അടയാളം വീഴ്ത്തുന്ന എന്തെങ്കിലും,
രക്തം ഒലിപ്പിക്കുന്ന എന്തെങ്കിലും,
എന്തെങ്കിലും....

അന്ന മരിച്ചതിനെക്കുറിച്ചുള്ള പ്രസ്താവനകൾ

അന്ന മരിച്ചത് വയറ്റത്തു വെടിയേറ്റതുകാരണം
അന്ന മരിച്ചത് അവളുടെ ചിത്രത്തിൽ
വെടിയുണ്ട തറച്ചതുകാരണം
അന്ന മരിച്ചത് രണ്ടും രണ്ടും നാലായതുകാരണം
അന്ന മരിച്ചത് ഒറ്റക്കയ്യായതുകാരണം

അന്ന മരിച്ചത് ക്ഷയംകാരണം കൂണുകാരണം
അന്ന മരിച്ചത് വിമാനാക്രമണം കാരണം
അന്ന മരിച്ചത് ഇക്കിളും ജലദോഷവും കാരണം
അന്ന മരിച്ചത് വിഷംതീറ്റിയതുകാരണം

അന്ന മരിച്ചത് ചീഞ്ഞ കൊഞ്ചുതിന്നിട്ട്
അന്ന മരിച്ചത് മുട്ടയും വെള്ളയരിയും കഴിച്ചിട്ട്
അന്ന മരിച്ചത് ഗന്ധകവും പാഷാണവും തിന്നിട്ട്

അന്ന മരിച്ചത് ആശയറ്റതുകൊണ്ട്
അന്ന മരിച്ചത് കാല്പനികമേ അല്ലാത്ത രോഗംകൊണ്ട്

അന്ന മരിച്ചത് ഉഷ്ണപ്പുണ്ണുകൊണ്ട്.

ലെനിൻ

സിംഹാസനത്തിൽ നിന്നു സീസറെ വലിച്ചെറിഞ്ഞ
ശക്തമായ കൈ
പനിനീർപ്പൂവുപോലെ മൃദുവായിരുന്നുവെന്നറിയാമോ?
ശക്തമായ ആ കൈ
ആരുടേതെന്നു നിനക്കറിയാമോ?

നിന്റെ യജമാനൻ മുങ്ങിമരിച്ച ആ ഭൂപ്രകമ്പനത്തിന്റെ,
അഗ്നിജലങ്ങളുടെ ആ നാദം
എപ്പോഴും ജീവിതത്തിനുവേണ്ടി
പാടിപ്പോന്നുവെന്നറിയാമോ?
അഗ്നിജലങ്ങളുടേതായ ആ നാദത്തിന്റെ
ഉടമ ആരെന്നു നിനക്കറിയാമോ?

നിശാവൃഷഭംപോലെയുള്ള ആ ദുരന്തചണ്ഡവാതം
മൃദുവായ തലോടലിന്റെ
കുഞ്ഞലയായിരുന്നെന്നറിയാമോ?
ആ ദുരന്ത ചണ്ഡവാതം
ആരുടേതെന്നു നിനക്കറിയാമോ?

ശരമാലകളുടെ രക്തവർണ ശിരസ്ത്രമണിഞ്ഞ സൂര്യൻ,
ഭീഷണനായ നേതാവ്,
നീവയുടെ കരച്ചിലിൽ വിതുമ്പിയതു നിനക്കറിയാമോ?
രക്തവർണശിരസ്ത്രമണിഞ്ഞ സൂര്യൻ, ആ നേതാവ്
ആരെന്നു നിനക്കറിയാമോ?
ലെനിനെപ്പറ്റിയാണു ഞാൻ പറയുന്നത്
കൊടുങ്കാറ്റും തണലും ഉഴുതിട്ട
നെറ്റിത്തടമുള്ള കൃഷിക്കാരാ,
ലെനിൻ നിങ്ങളോടൊപ്പം വിതയ്ക്കുന്നു.

യജമാനനോ കാരരയോ ഭയപ്പെടുത്താത്ത
സ്വതന്ത്രജിഹ്വകളേ,
ലെനിൻ നിങ്ങളോടൊപ്പം പാടുന്നു.
ശത്രുക്കൾ തുരത്തിവിട്ട ജനതതികളേ
ലെനിൻ നിങ്ങളുടെ ഒപ്പമുണ്ട്;
ചിരപരിചിതനായ സമന്വയദേവതപോലെ,
ഫാക്ടറിയിലും പാടത്തും ദിവസംതോറും
ഇരുമ്പും ലില്ലിയും തീമലയും പ്രത്യാശയും–
എല്ലാ മനുഷ്യരുടേയും ഒരേ ഒരു സുഹൃത്ത്.

പാപ്പാ മൊൻതീറോക്കുള്ള വിലാപം

നിന്റെ ഗിതാറിൻ തീയാലേ നീ
പുലരിയെക്കത്തിച്ചല്ലോ.
തണുത്ത വെള്ള ചന്ദ്രനു കീഴിൽ
കറുത്തു ചൂടാം നിന്നുടലോ.
ചുരയ്ക്കപോലതിന്നുള്ളിൽ നിറയെ
കരിമ്പു തൻ നീരോ.

ഉരുണ്ടിരുണ്ടൊരു പ്ലം പഴമേ, നീ
പൊഴിഞ്ഞു സംഗീതം.
നാകത്തൊണ്ടയിൽ നിറച്ചു മദ്യം
പാനം ചെയ്തു നീ.
റമ്മിൻ കടലിലൊഴുക്കിവിട്ടൊരു
വഞ്ചിപോലെ നീ.
ലഹരി മദിച്ചൊരു കളിസംഘത്തിൽ
കുതിരക്കാരൻ നീ.
രാത്രി വരുന്നു, കുടിക്കാനാവാ-
തെന്തു ചെയ്യും നീ?
കത്തിക്കീറിലൊഴുക്കി വിട്ടൊരു
കറുത്ത രക്തമതോ,
തിരിച്ചു നൽകാൻ സാധിക്കുന്നൊരു
ചോരക്കുഴലേതോ.
ഇന്നു രാത്രിയവർ നിന്നെത്തട്ടി
പാപ്പാമൊൻതീറോ!
നിന്നെക്കാത്തവർ വീടെത്തി.
നിന്റെ ശവവുമായ് വീടെത്തി.
നല്ലൊരു യുദ്ധം-പക്ഷെയവർ
നിന്റെ ശവവുമായ് വീടെത്തി.
നിന്റെ സുഹൃത്തവൻ-പക്ഷെയവർ
നിന്റെ ശവവുമായ് വീടെത്തി.

കണ്ടില്ല കത്തി-പക്ഷെയവർ
നിന്റെ ശവവുമായ് വീടെത്തി.

നൃത്തപ്പട്ടി പിശാചു മുടിഞ്ഞു
ഇപ്പോൾ ബാൾഡിമിറോ!

നിഴലുകളെല്ലാമെരിച്ചു കളയുവാൻ
രണ്ടു മെഴുതിരി മാത്രം.
ഇരു തുണ്ടു മരണത്തിനിന്നു നിനക്കോ
രണ്ടു മെഴുതിരി ധാരാളം.
നിൻ ഗാനമൊരു കാലമെരിച്ച ചെംകുപ്പായം.
നിന്റെ സംഗീതത്തിൻ ചെമ്പൻ ചിരിയും
മിന്നിമിനുങ്ങും നിൻ കുറ്റിത്തലമുടിയും
നൽകുന്നു വെളിച്ചം മെഴുതിരിയെക്കാളും.

ഇന്നു രാത്രിയവർ നിന്നെത്തട്ടി
പാപ്പാമൊൻതീറോ!

ഇന്നു രാത്രിയെൻ വീട്ടുമുറ്റത്തു
ചന്ദ്രനുദിച്ചല്ലോ
കത്തികണക്കതു മണ്ണിൽ പതിച്ചിട്ടു
തറയിൽ തറച്ചല്ലോ.

കുട്ടികൾ വന്നു പെറുക്കിയെടുത്തതിൻ
മുഖവും കഴുകിയല്ലോ
തലയിണയായി നിനക്കിന്നു രാത്രി ഞാൻ
അതു കൊണ്ടുവന്നല്ലോ.

പ്രസ്താവന

ഇന്നു രാത്രി
ചന്ദ്രൻ ഉദിച്ചുവരുമ്പോൾ
ഞാനതു പണമാക്കി
മാറ്റും.

ആളുകൾ അതറിയാനിടയായാൽ
ഞാൻ ദു:ഖിക്കും.
കാരണം, ചന്ദ്രൻ
പഴയ ഒരു കുടുംബനിധിയാണ്.

ഫെഡറിക്കോ

(സ്പാനിഷ് കവി ഫെഡറിക്കോ ഗാർസിയാ ലോർക്കയെപ്പറ്റി)

പ്രണയകഥ–
ക്കതകിന്മേൽ
മുട്ടി ഞാൻ ചോദിച്ചു:
"ഇവിടില്ലേ ഫെഡറിക്കോ?"
ഒരു തത്തപറയുന്നു:
"ഇല്ലല്ലോ, പോയല്ലോ."

സ്ഫടികത്തിൻ
വാതിൽക്കൽ
മുട്ടിഞാൻ ചോദിച്ചു:
"ഇവിടില്ലേ ഫെഡറിക്കോ?"
പറയുന്നുണ്ടൊരുകയ്യ്:
"അവനാറ്റിൻ തീരത്ത്."

നാടോടി–
ക്കതകിന്മേൽ
മുട്ടി ഞാൻ ചോദിച്ചു;
"ഇവിടില്ലേ ഫെഡറിക്കോ?"
മറുപടിയേ കേൾപ്പീലാ....
"ഫെഡറിക്കോ! ഫെഡറിക്കോ!"

ഇരുളാണ്ട വീടു ശൂന്യം
മതിലിന്മേൽ കരിംപായൽ
തൊട്ടിയില്ലാ കിണർവക്കും
അരണയുടെ പൂന്തോപ്പും
പൂത മണ്ണിലൊളിച്ചിഴഞ്ഞു
ഇടവത്തിൻ ചെംകാറ്റി–
ലവശിഷ്ടമുലയുന്നു.

ഫെഡറിക്കോ! ഫെഡറിക്കോ!
എവിടെമരിക്കുന്നു നാടോടി?
എവിടെയാക്കണ്‍കൾ തണുക്കുന്നു?
എവിടവ,നെന്തേ വരാതിരിക്കാൻ?
ഫെഡറിക്കോ! ഫെഡറിക്കോ!

(ഗാനം)

ഞായറിലൊൻപതിനു പോയതല്ലോ
ഞായറിൽ രാത്രിയിൽ പോയതല്ലോ
ഞായറിൽ പോയിട്ടു വന്നേയില്ല!

കയ്യിലൊരു മഴവില്ലും
കണ്ണുകളിലൊരു പനിയും
മഴവില്ലോ ചോരയായി
ചോര പിന്നെ മരണമായി

(മറ്റൊരു ഗാനം)

എവിടെപ്പോയീ ഫെഡറിക്കോ?
എവിടെപ്പോയ് നീ വരാത്തതെന്തേ?
ഫെഡറിക്കോ! ഫെഡറിക്കോ!
എവിടെപ്പോയ് നീ വരാത്തതെന്തേ!
എവിടെപ്പോയ് നീ വരാത്തതെന്തേ!

കുടുംബപ്പേര്

പള്ളിക്കൂടത്തിൽ പോകുന്ന കാലംതൊട്ട്
അതിനുമുൻപുതന്നെയും.....ആരംഭം മുതല്ക്കേ,
ഉറക്കവും കണ്ണീരും കുഴച്ച ഒരു-
കഷണമായിരുന്ന കാലം മുതൽ
എനിക്കൊരു പേരുതന്നിട്ടുണ്ട്.
നക്ഷത്രങ്ങളോട് സംസാരിക്കാൻ ഒരു മറുചിഹ്നം.
നിന്റെ പേരിതാണ്, നിന്റെ പേരിതായിരിക്കും.....
എന്നിട്ട് എന്റെ ഈ കാർഡിൽ കാണുന്ന പേരു തന്നു,
എന്റെ കവിതകളുടെയെല്ലാം
അടിയിൽ എഴുതിവയ്ക്കുന്നപേര്.
*പതിന്നാലക്ഷരം?
അതുംകൊണ്ട് ഞാൻ തെരുവിൽ നടക്കുന്നു.
ഞാൻ പോകുന്നിടത്തെല്ലാം അതെന്റെയൊപ്പം എത്തുന്നു.
അതെന്റെ പേരാണെന്നു തീർച്ചയുണ്ടോ?
എന്റെ പ്രമാണപത്രങ്ങളെല്ലാം കയ്യിലുണ്ടോ?
എന്റെ സഞ്ചാരയോഗ്യമായ
രക്തംമുഴുവൻ അറിഞ്ഞുകഴിഞ്ഞോ?
ഇരുണ്ട പർവതങ്ങളുള്ള എന്റെ ഭൂമിശാസ്ത്രം?
രേഖപ്പെടുത്തിക്കഴിഞ്ഞിട്ടില്ലാത്ത
അഗാധവും ദുഃഖാർത്തവുമായ താഴ്വാരങ്ങൾ?
തണുത്ത വലിയപാറകളുള്ള
എന്റെ അന്തരാളങ്ങളും
ഭൂഗർഭമാർഗങ്ങളും സന്ദർശിച്ചു കഴിഞ്ഞോ?
കറുത്ത ജലാശയങ്ങളിൽ നിന്നുരുത്തിരിഞ്ഞുവരുന്ന
ദ്വീപുകളാണവ.
എന്റെ ഉയർന്ന ഹൃദയത്തിൽനിന്ന്

* Nicolas Guillen എന്നാവാം സൂചന

കത്തുന്ന മരങ്ങളും മരഞ്ചാടിക്കുരങ്ങുകളും
പാമ്പുകളും കലപിലപറയുന്ന തത്തകളും നിറഞ്ഞ
ഒരു സ്ഥലത്തേക്ക് ഒരു പുരാതന നീരരുവി
മുഴങ്ങുന്ന പുതുശബ്ദത്തോടെ പതിക്കുന്നതായി
എനിക്കുതോന്നുന്നു.
ഞാൻ ചോദിക്കട്ടേ
സ്പാനിഷ് മാർബിളിൽ തീർത്ത
ആ പ്രതിമയിൽ നിന്നാണോ
എന്റെ തൊലി മുഴുവനും വരുന്നത്?
എന്റെ ഭീകരശബ്ദവും കൂടി?
എന്റെ തൊണ്ടയിലെ ഉറച്ച നിലവിളി?
എന്റെ എല്ലുകളെല്ലാം അവിടെനിന്നാണോ വരുന്നത്?
എന്റെ വേരുകളും വേരുകളുടെ വേരുകളും?
എന്റെ സ്വപ്നങ്ങൾകൊണ്ടു കുലുങ്ങുന്ന
ഈ മരക്കൊമ്പുകൾ?
എന്റെ നെറ്റിയിൽ വിടരുന്ന ഈ പൂക്കൾ?
എന്റെ തൊലിക്കു കയ്പു പകരുന്ന ഈ കറ?
തീർച്ചയാണോ?
നിങ്ങൾ എഴുതിവച്ചതല്ലാതെ വേറൊന്നുമില്ലേ?
അമർഷംകൊണ്ടു നിങ്ങൾ മുദ്രയടിച്ചതല്ലാതെ?
ഓ! ഞാൻ ചോദിക്കേണ്ടതായിരുന്നു!

ആട്ടെ, ഏതായാലും ഇപ്പോൾ ചോദിച്ചേക്കാം;
നിങ്ങൾ എന്റെ കണ്ണുകളിൽ ചെണ്ട കാണുന്നില്ലേ?
വരിഞ്ഞുമുറുക്കി രണ്ടു ഉണക്കക്കണ്ണീരുകൊണ്ടു
കൊട്ടുന്ന ഈ ചെണ്ട നിങ്ങൾ കാണുന്നില്ലേ?
സ്വന്തം തൊലിയെക്കാൾ ഒരടയാളമുള്ള
ചാട്ടവാർകൊണ്ടു വീഴ്ത്തിയ ഒരു തടിച്ച കറുത്ത പാടുള്ള
ഒരു നിശാമുത്തച്ഛൻ എനിക്കുണ്ടായിരിക്കില്ലേ?
മന്ദിംഗയോ, കോംഗോക്കാരനോ, ദഹോമിക്കാരനോ
ആയ ഒരു മുത്തച്ഛൻ എനിക്കുണ്ടായിരിക്കില്ലേ?
എന്താണദ്ദേഹത്തിന്റെ പേര്? ഓ, എന്നോടു പറയൂ!
ആൻഡ്രു? ഫ്രാൻസിസ്? അമാബിൾ?
കോംഗോ ഭാഷയിൽ ആൻഡ്രു എന്നെങ്ങനെ പറയും?
ദഹോമിയിൽ ഫ്രാൻസിസ് എന്നും
പറഞ്ഞു പോന്നിട്ടുണ്ടോ?
മന്ദിംഗയിൽ എങ്ങനെയാണ് അമാബിൾ എന്നു പറയുക?
അതോ... അവർക്കു വേറെ പേരുകളുണ്ടായിരുന്നോ?

അപ്പോൾ എന്റെ കുടുംബപ്പേര്?
എന്റെ മറ്റേ കുടുംബപ്പേര് അറിയാമോ?
ആ ബൃഹത്തായ നാട്ടിൽനിന്നു
അവകാശമുറയായി എനിക്കുള്ള പേര്?
കയ്യാമത്തിൽ കടലു താണ്ടിയ
കടലുകൾ കയ്യാമത്തിൽ താണ്ടിയ
തടവിലെ അടിമയുടെ ആ പേര്?
ഹാ, നിങ്ങൾ മറന്നുപോയിരിക്കുന്നു!
ചിരവിസ്മൃതമായ മഷിയിൽ
നിങ്ങൾ അത് അലിയിച്ചുകളഞ്ഞു.
നിരാശ്രയനായ ഒരു കറുത്ത മനുഷ്യനിൽ നിന്ന്
നിങ്ങൾ അതപഹരിച്ചു.
ഞാൻ ലജ്ജിച്ചു തലതാഴ്ത്തുമെന്നു കരുതി
നിങ്ങൾ അതൊളിച്ചുവച്ചു.
നന്ദി!
ഞാൻ നിങ്ങളോടു കടപ്പെട്ടിരിക്കുന്നു!
ദയാലുക്കളായ മനുഷ്യരേ നന്ദി!
കൃതജ്ഞത!
വളരെ കൃതജ്ഞത!
വളരെയധികം കൃതജ്ഞത!
പക്ഷെ ഇല്ല... നിങ്ങൾക്കു വിശ്വാസം വരുന്നുണ്ടോ? ഇല്ലാ
ഞാൻ ശുദ്ധനാണ്.
പുതുതായി മിനുക്കിയെടുത്ത ലോഹംപോലെ
എന്റെ ശബ്ദം തിളങ്ങുന്നു.
എന്റെ കുടുംബമുദ്ര നോക്കൂ:
അതിൽ ഒരു ബൗബാബ്മരവും
ഒരു കുന്തവും ഒരു കാണ്ടാമൃഗവും കാണാം.
ഞാനും ഒരു ചെറുമകനാണ്
ഒരടിമയുടെ ചെറു ചെറുമകനാണ്
(യജമാനൻ ലജ്ജിക്കട്ടെ)
ഞാൻ പക്ഷെ യെലോഫെ ആയേക്കും
നിക്കോളാസ് യെലോഫെ?
അല്ലെങ്കിൽ നിക്കോളാസ് ബക്കോംഗോ?
അല്ലെങ്കിൽ ഗിയെൻ ബംഗീലാ?
അല്ലെങ്കിൽ കുംബാ?
ഒരുപക്ഷെ ഗിയെൻ കുംബാ?
അല്ലെങ്കിൽ കോംഗേ?
ഗി യെൻ കോംഗേ എന്നായിരിക്കുമോ?
പക്ഷെ ആർക്കറിയാം!
എന്തൊരു കുഴമറിച്ചിൽ

II

അനന്തമായ രാത്രി ഗഹനമായ റോന്തുകളിൽ
അമർന്ന് ആഴുന്നതായി എനിക്കുതോന്നുന്നു,
ശിക്ഷിക്കപ്പെടുന്ന നിർദ്ദോഷികളുടെ മേലും
ആകാശത്തിൽ നിന്ന് സൂര്യബിംബങ്ങളെ
പറിച്ചെറിയുന്ന രൂക്ഷശബ്ദങ്ങളിന്മേലും.
പൊരുതുന്ന ചോരയുടെമേൽ
ഏറ്റവും ക്രൂരമായി അടിച്ചേൽപ്പിക്കുന്നു.
ഭൂമധ്യരേഖയുടെ അമ്പേറ്റു കീറിമുറിഞ്ഞ
ഏതോ ഒരു തീപ്പൊരി രാജ്യത്തുനിന്ന്
കാറ്റിൽ എയ്തുവിട്ട എന്റെ ദീർഘവേദനപോലെ
വിദൂരബന്ധുക്കൾ വരുമെന്നെനിക്കറിയാം.
ഉറച്ച കാൽവെയ്പിൽ പേടിച്ചരണ്ട
പുൽത്തലപ്പുകൾ ചവിട്ടിയരച്ച്
എന്റെ സുദീർഘരക്തംപോലെ
എന്റെ ചോരക്കുഴലുകളുടെ കഷണം
വന്നെത്തുമെന്നെനിക്കറിയാം.
ദു:ഖംതുറന്നു കുറുകെയേന്തി
തീനാളമേറ്റു ചെമന്ന നെഞ്ചുകളുമായി
എന്റെ സുദീർഘ വനാന്തരംപോലെ
പുതിയ ജീവിതത്തിന്റെ ആൾക്കാർ
വന്നെത്തുമെന്നെനിക്കറിയാം.
പരസ്പരം പരിചയമില്ലാതെ
ഞങ്ങൾ പരസ്പരം തിരിച്ചറിയും.
വിശപ്പിൽ ക്ഷയത്തിൽ ഉഷ്ണപ്പുണ്ണിൽ
കരിഞ്ചന്തയിൽ വിലയ്ക്കു വാങ്ങുന്ന വിയർപ്പിൽ
തൊലിപ്പുറത്തു പറ്റിയിരിക്കുന്ന
കയ്യാമങ്ങളുടെ അവശിഷ്ടങ്ങളിൽ
പരസ്പരം പരിചയമില്ലാതെ
ഞങ്ങൾ പരസ്പരം തിരിച്ചറിയും.
സ്വപ്നം നിറഞ്ഞ ഞങ്ങളുടെ കണ്ണുകളിൽ
കടലാസും മഷിയും ഉപയോഗിക്കുന്ന കുരങ്ങന്മാർ
ദിവസവും ഞങ്ങളുടെ നേർക്ക് എറിയുന്ന
പാറപോലെയുള്ള അവമതികളിൽക്കൂടി.
അന്ന് അതിനെന്തു പ്രാധാന്യം?
ഇന്ന് അതിനെന്തു പ്രാധാന്യം!
പതിന്നാലു വെളുത്ത അക്ഷരങ്ങളുള്ള
എന്റെ അപ്രധാനമായ പേര്?

വിചാരിപ്പുകാരന്റെ മഷിയിൽ
മുങ്ങിപ്പോയ മുത്തച്ഛന്റെ പാവപ്പെട്ട പേര്?
മന്ദിംഗ, ബന്തു.
യോറുബ, ദഹോമി:
എന്തായാലെന്ത്, വിശുദ്ധ സുഹൃത്തുക്കളേ....
ഓ, അതെ, വിശുദ്ധ സുഹൃത്തുക്കളേ....
വരൂ എന്റെ പേരു കാണുവിൻ.
അനന്തമായ പേരുകൾ കൊണ്ടു നിർമ്മിച്ച
എന്റെ അനന്തമായ പേര്.
എന്റെ പേര് മറ്റൊരാളുടേത്.
സ്വതന്ത്രം എന്റെ സ്വന്തം, മറ്റൊരാളുടേത് നിങ്ങളുടേത്.
മറ്റൊരാളുടേത് വായുപോലെ സ്വതന്ത്രം.

ചിലിയോട്

ഞാൻ പോകും, പോകുന്നു, പോയി.....
ഞാൻ കാറ്റും ചക്രവുമാണ്
ദണ്ഡിക്കപ്പെടുന്ന ചെമ്പിന്റെ കാന്തിയോടെ,
ചിലി, നിന്റെ ജീവിതം
എന്നിൽ തിളങ്ങുന്നതു ഞാൻ അറിയുന്നു.
കവറില്ലാത്ത കത്തുപോലെ
എന്റെ ഹൃദയം തുറന്നിരിക്കുന്നു
നിന്നെ എന്റെ നാടെന്നു ഞാൻ
പരസ്യമായി വിളിക്കുന്നു.
നിന്റെ ദരിദ്രരുടെ ഇടയിൽ ഞാൻ
ദരിദ്രൻ, ദരിദ്രൻ, ഹതൻ.
നിന്റെ കഠിനഭൂമിശാസ്ത്രം ഞാൻ ഉൾക്കൊള്ളുന്നു:
പ്രാവും അഗ്നിപർവതവും പട്ടും ഇരുമ്പും
ജ്വലിക്കുന്ന മഞ്ഞും തണുത്ത ജ്വാലയും
ഭൂകമ്പവും മഴയും കുന്നിൻപുറവും
മഗലനിലെ കാറ്റും മാഴ്കുന്ന തെക്കൻകണ്ണുകളുള്ള
നായുടെ നീണ്ടനിലവിളിയും.
നിന്റെ ഇന്ത്യൻലില്ലി അതിന്റെ രക്തദീപ്തി
മാലപ്പട്ടയണിഞ്ഞ വെൺപകലിന്റെ
പരിചിതകാന്തി എനിക്കു കാട്ടിത്തന്നു.
നിന്റെ വീഞ്ഞിൽനിന്നും ഉറങ്ങുന്ന
കന്യാപീഠഭൂമികളിലേക്കുള്ള
വിശാല കവാടത്തിൽ ഞാൻ പ്രവേശിച്ചു.
അവയുടെ അരികത്തുനിന്ന് ഉണർന്ന
അഭിലാഷവുമായി ഞാൻ നീറി–
നിന്റെ ഉടലിൽ ഞാൻ മുറിവും ചതവും എണ്ണി
നിന്റെ തീയേറ്റു വിറച്ച്...
അത്ഭുതത്തോടെ കാട്ടുചെന്നായ്ക്കൾ
അവരുടെ രാത്രിയിൽ
കൂട്ടമായി നിലവിളിയുയർത്തുമ്പോൾ
നീ വീഴുന്നതു ഞാൻകണ്ടു–വീണ്ടും എഴുന്നേൽക്കുന്നതും

ശക്തമായ അഭിലാഷത്തിൽ
അന്ധനായ രക്ഷസ്സിനെപ്പോലെ
ക്ഷുബ്ധമായ ശബ്ദങ്ങളുടെ കടലിനെപ്പോലെ
നിന്നെ ഞാൻ കേട്ടു.
വിലപിക്കുന്ന ഖനികളുടെ ആപ്പീസിൽ നിന്ന്
ഉറപ്പുള്ള തിളക്കവും ചതിക്കാത്ത തൊഴിലാളികളുടെ
ചൂടുള്ള മുഖങ്ങളും
ഞാൻ ഓർമ്മിക്കുന്നു.
ഖനിത്തൊഴിലാളിയെ അവന്റെ വഴങ്ങാത്ത
കല്ലിൽത്തന്നെ ഞാൻ കണ്ടു.
അവന്റെ ആത്മാവിന്റെ അവിശുദ്ധ
വാതകം ഞാൻ ശ്വസിച്ചു.
ഓ, ചിലി, ഞാൻ നിന്റെ നല്ലപിള്ള ആകാനുള്ളവനല്ല.
നിന്റെ ശത്രു എന്റെയും ശത്രു.
ഞാൻ പിരിയുന്നു, ഞാൻ പോകുന്നു,
നിന്നെ സ്വതന്ത്രയാക്കാൻ വേണ്ടി മരിച്ച
ഗറില്ലാ മനുവേലിന്റെ കൂടെയായിരിക്കും
ഞാൻ എന്നും.

ഗവർണർ

നിരാശ്രയനായ കറുത്തവന്റെമേൽ ചാടിക്കയറി
അവന്റെ കരൾ ഒറ്റക്കടിക്കുപറിച്ചെടുക്കാൻ
നീ നിന്റെ പട്ടിക്കു പരിശീലനം കൊടുത്തുകഴിഞ്ഞാൽ,
അങ്ങനെ നീയും പറ്റത്തിലൊന്നായി
വാലാട്ടി രാത്രിയിൽ നീളെ നിലവിളിക്കുമ്പോൾ
വെറുപ്പുനിറഞ്ഞ വെള്ളക്കാരാ,
സംസ്ഥാന ഗവർണരായി മത്സരിക്കാൻ
നീ തികച്ചും യോഗ്യൻ.

എന്തു നിറം?

മാർട്ടിൻ ലൂഥർ കിങ്ങിന്റെ വധത്തെക്കുറിച്ചുള്ള
കവിതയിൽ റഷ്യൻ കവി യെവ് തുഷെങ്കോ എഴുതി:

അദ്ദേഹത്തിന്റെ തൊലി കറുത്തതായിരുന്നു.
പക്ഷെ ആത്മാവ് പൊടിമഞ്ഞുപോലെ വെളുത്തതും.....

അവർ പറയുന്നു: മഹാനായ പാതിരിക്കു
നന്നെ വെളുത്ത
ആത്മാവാണുണ്ടായിരുന്നത്.
അവർ പറയുന്നു: അദ്ദേഹത്തിന്റെ തൊലി കറുത്തിരുന്നു
അദ്ദേഹത്തിന്റെ തൊലിക്കുതന്നെ
കറുപ്പുനിറമാണുണ്ടായിരുന്നത്.
അകത്തു പൊടിമഞ്ഞുപോലെ
വെളുത്ത ലില്ലി,
പുതിയ പാല്,
പഞ്ഞി.
എന്തു നൈർമല്യം.

അദ്ദേഹത്തിന്റെ കുറ്റമറ്റ അകത്തളത്തിൽ
ഒരു പാടുപോലുമുണ്ടായിരുന്നില്ല.
(ചുരുക്കത്തിൽ: ഒരു സുന്ദരവസ്തു:
'അത്മാവുവെളുത്ത ഒരു കറമ്പൻ,'
ഒരത്ഭുതവസ്തു)
എങ്കിലും അതു വേറൊരുവിധത്തിലും പറയാം:
ഏറ്റവും സൗമ്യനായ പാതിരിക്ക്
എത്ര ശക്തമായ ഒരു കറുത്ത ആത്മാവാണുണ്ടായിരുന്നത്!
അദ്ദേഹത്തിന്റെ തുറന്ന ഹൃദയത്തിൽ
എന്തഭിമാനാവഹമായ കറുത്ത
വികാരമാണ് ജ്വലിച്ചിരുന്നത്!

അദ്ദേഹത്തിന്റെ വളക്കൂറുള്ള തലച്ചോറിൽ
എത്ര ശുദ്ധമായ കറുത്തചിന്തകളാണ്
പുലർന്നിരുന്നത്!
എത്ര കറുത്ത സ്നേഹമാണ്
നിറം നോക്കാതെ
നൽകിയിരുന്നത്!

എന്തുകൊണ്ടു പാടില്ല?
ധീരനായ ആ പാതിരിക്ക്
എന്തുകൊണ്ട് ഒരു കറുത്ത ആത്മാവുണ്ടായിക്കൂടാ?
കൽക്കരിപോലെ കറുത്ത ഒരാത്മാവ്?

അന്ന മറിയ

അന്ന മറിയാ,
നിന്റെ മാറിൽ വീണുകിടക്കുന്ന മുടിച്ചുരുൾ
അതിന്റെ പിണഞ്ഞ ഉടലിൽനിന്ന്
സർപ്പക്കണ്ണുകൾ കൊണ്ടെന്നെ നോക്കുന്നു.
അകത്തു കത്തുന്ന ജ്വാലയെ
മൂടുപടമിട്ടു മറയ്ക്കുന്ന
നിന്റെ പുഞ്ചിരിയാണ്
നിന്റെ വിവിധ മനോഹാരിതകളിൽ
എനിക്കു പ്രിയങ്കരം.
നിന്റെ ഉള്ളിൽ
ചിന്താക്ലാന്തമായ മേഘങ്ങൾ തുടിക്കുമ്പോഴാണ്,
നിന്റെ ലോഹശരീരത്തിന്റെ കൊടുങ്കാറ്റ്
സാവധാനമായി മൃദുവായി
സർപ്പം ഞെട്ടുന്നതുപോലെ
അടങ്ങുമ്പോഴാണ്........

എന്റെ കൊച്ചുപെണ്ണ്

കറുത്തവളെങ്കിലും
മറ്റൊരുത്തിക്കായി-
ട്ടെന്റെ പെണ്ണിനെ
വെച്ചുമാറില്ല.
തുണി നനയ്ക്കുന്നു
തേയ്ക്കുന്നു, തുന്നുന്നു.
എന്തെടോ, ആ പെണ്ണു
പാചകം ചെയ്യുമെന്നോ?
ആടാനും തിന്നാനും
അവൾ പോകയാണെങ്കിൽ
എന്നെയും കൊണ്ടുപോണം, തിരി-
ച്ചെന്നെയും കൊണ്ടുവരേണം.
അവൾചൊല്ലി "അച്ഛനി-
ന്നെന്നെ വിടാതെവയ്യെന്നായ്
വന്നാട്ടെ വന്നാട്ടെ വന്നാട്ടെ നമ്മൾക്ക്
ഒരുവട്ടം നൃത്തമാടാം."

അടുപ്പുകല്ല്

മഴയേറ്റു നശിച്ച വിജനസന്ധ്യ
കരയുന്നു,
ഓർമ്മകൾ ആകാശത്തുനിന്നു
വീണു ജനൽവഴി ഊർന്നുപോകുന്നു,
മുറിഞ്ഞ നെടുവീർപ്പുകൾ
മായാദൃശ്യങ്ങൾ കത്തി ചാരമാകുന്നു,
പതുക്കെ, പതുക്കെ, നീ പ്രത്യക്ഷപ്പെടുന്നു:
കൈകൾ അവയുടെ
കരിമ്പിൻകള്ളുവലയത്തിൽ,
തളരാത്ത നൃത്തം ചവിട്ടും കാലുകൾ,
ഉദ്വേഗത്തിന്റെ കൊടിൽപോലെ തുടകൾ,
തിന്നാൻപറ്റിയ പഴംപോലെ വായ,
അലിവിയന്ന പാനി നിന്റെ അരക്കെട്ട്.

സുവർണ്ണ കരങ്ങൾ, രക്തദാഹിപ്പല്ലുകൾ
പെട്ടെന്നു നിന്റെ വഞ്ചിതനേത്രങ്ങൾ
പിന്നെ നിന്റെ കഴുകിത്തുടച്ച ശരീരം
ഉച്ചയുറക്കത്തിനുള്ള ആരംഭം;
പെട്ടെന്നൊരു കാട്ടുമണം, നിന്റെ തൊണ്ട
വിളിക്കുന്നു (എനിക്കറിഞ്ഞുകൂടാ, ഞാൻ സങ്കൽപ്പിക്കുന്നു)
നിലവിളിക്കുന്നു (എനിക്കറിഞ്ഞുകൂടാ,
ഞാൻ ചിന്തിക്കുന്നു)
പരാതിപ്പെടുന്നു (എനിക്കറിഞ്ഞുകൂടാ,
ഞാൻ കരുതുന്നു, വിശ്വസിക്കുന്നു)
നിന്റെ അണ്ണാക്കിൽനിന്നു
പിണഞ്ഞു പിരിഞ്ഞുവരുന്ന നിഷിദ്ധപദങ്ങൾ.
വാഗ്ദാനങ്ങളുടെ ഒരു നദി

നിന്റെ മുടിയിൽനിന്നു പതിച്ച്
മുലകളിന്മേൽ തങ്ങി
നിന്റെ വയറ്റത്ത് ഒരു ചുറ്റുകെട്ടിക്കിടന്ന്
നിശാരഹസ്യങ്ങളുടെ ഉറച്ച മാംസളതയെ
അതിലംഘിക്കുന്നു
എരിയുന്ന കൽക്കരിയും അടുപ്പുകല്ലുകളും
മഴയും മൗനവും നിറഞ്ഞ ഈ തണുത്ത സന്ധ്യയിൽ.

ഏഞ്ജലാ ഡേവിഡ്

നീ സുന്ദരിയാണെന്നു പറയാനല്ല ഞാൻ വന്നിരിക്കുന്നത്
നീ സുന്ദരിയാണെന്നു ഞാൻ വിശ്വസിക്കുന്നു
പക്ഷെ അതല്ല പ്രശ്നം
അവർക്കു നീ മരിച്ചുകിട്ടണമെന്നതാണു പ്രശ്നം
ജാക്സന്റെയും ലുമുംബയുടെയും തലയോടിനരികിൽ
ഗോത്രത്തലവന്റെ കൂടാരം അലങ്കരിക്കാൻ
അവർക്കു നിന്റെ തലയോടു വേണം
ഏഞ്ജലാ, ഞങ്ങൾക്കു നിന്റെ
പുഞ്ചിരി വേണ്ടിയിരിക്കുന്നു.
വിദ്വേഷം കെട്ടിപ്പൊക്കിയ ഭിത്തികൾ മാറ്റി
സുതാര്യമായ വായുഭിത്തികൾ
പണിയാൻ പോകുകയാണു ഞങ്ങൾ
നിന്റെ വേദനയുടെ മേൽക്കൂര മാറ്റി
മേഘങ്ങളും പക്ഷികളും കൊണ്ടൊരു മേൽക്കൂരയും
നിന്നെ മറക്കുന്ന കാവലാളിനുപകരം
വാളെടുത്തുനിൽക്കുന്ന മാലാഖയേയും ഞങ്ങൾ പണിയും
നിന്റെ കൊലയാളികൾ എങ്ങനെ സ്വയം വഞ്ചിക്കുന്നു?
പരുപരുത്തുതിളങ്ങുന്ന വസ്തുകൊണ്ടുണ്ടാക്കപ്പെട്ടവൾ നീ
തുരുമ്പിക്കാത്ത ആവേശം
തുറന്നവായുവിൽ കാറ്റുകളിലും ചന്ദ്രന്മാരിലും
സൂര്യന്മാരിലും മഴകളിലുംകൂടി
നീണ്ടുനിൽക്കാൻ കെൽപ്പുള്ളവൾ നീ
കാലം എന്നും അതിന്റെ പ്രതിമകൾ കടഞ്ഞെടുക്കുന്ന
പാട്ടുകൾ ധരിച്ചുപോരുന്ന അതേ-
സ്വപ്നവർഗത്തിൽപ്പെട്ടവളാണു നീ.
ഏഞ്ജലാ, ഒരു പയ്യനെപ്പോലെ നിന്നോടു കിന്നരിക്കാനോ

മൃഗമനുഷ്യനെപോലെ നിന്നെ
കാമിക്കാനോ വന്നതല്ല ഞാൻ
അതല്ലല്ലോ പ്രശ്നം.
നിന്റെ നാടിന്റെ തെക്കുഭാഗവുമായി നിന്നെകെട്ടിയിട്ടു
ജീവനോടെ നീ എരിയുന്നതുകാണാൻ–
കരിഞ്ഞതൂണിൽ വരിഞ്ഞുകെട്ടാൻ
ഇലയില്ലാ മരത്തിൽ കെട്ടിയിടാൻ
തെക്കേ ദിക്കുമായി വരിഞ്ഞുകെട്ടി
എരിയുന്ന കുരിശിൽ ജീവനോടെ തളച്ചിടാൻ.
ശത്രു അപഹാസ്യൻ;
സ്വന്തം ശബ്ദംകൊണ്ടു നിന്റെ ശബ്ദം
മൂകമാക്കാനാണവന്റെ ആഗ്രഹം.
പക്ഷെ ഞങ്ങൾക്കറിയാം,
നിന്റെ ശബ്ദംമാത്രം പ്രതിദ്ധ്വനിക്കുന്നു.
അതുമാത്രം ജ്വലിക്കുന്നു.
രാത്രിയിൽ ഉയരത്തിൽ പൊട്ടിത്തെറിക്കുന്ന സ്തൂപം
മായാതെ നിൽക്കുന്ന മിന്നൽപ്പിണർ
മേലോട്ടു കത്തിക്കയറുന്ന തീജ്വാല
നിരന്തരമാവർത്തിക്കുന്ന ഇടിമിന്നൽ
ആ വെളിച്ചത്തിൽ ഞങ്ങൾ കാണുന്നു
ജ്വലിക്കുന്ന നഖങ്ങളുള്ള കറുത്തവർ
ക്ഷീണിതരെങ്കിലും ക്രൂദ്ധരായ ജനതതി.

വിധി നിർണായകമായ
ജനകീയ സേനയുടെ അരികിൽ
ഞാൻ താമസിക്കുന്ന സാക്ഷാത്കൃത
സ്വപ്നത്തിനടിയിൽ
ഭീകരയെങ്കിലും സ്നേഹശീലയായ
കടലിന്റെ തിക്തകതീരത്ത്
തിരകൾക്കുമേൽ ഉഴറിമറിയുന്ന
തിരകൾ വന്നു തകരുന്നതു നോക്കിക്കൊണ്ട്
ഞാൻ നിലവിളിക്കുന്നു, കടന്നുപോകുന്ന
കാറ്റിന്റെ തോളത്ത്
–എന്റെ കാറ്റിന്റെ–നമ്മുടെ പിതാവ്
കരീബിയന്റെ തോളത്ത്
എന്റെ ശബ്ദത്തെ ഞാൻ സവാരി ചെയ്യിക്കുന്നു.
ഏഞ്ജലാ, ഞാൻ നിന്റെ പേരുവിളിക്കുന്നു,
വിളിച്ചലറുന്നു.
നിനക്കു മാപ്പുതരാൻ നിന്റെ തടവറക്കാരോടു

അപേക്ഷയല്ല, സന്ധിയാലോചനയല്ല,
നിവേദനമല്ല, പ്രാർത്ഥനകളല്ല,
മറിച്ച് കർമ്മത്തെ അഭിനന്ദിക്കാൻ കൈ
നീട്ടിപ്പിടിച്ചുകൊണ്ടു
ദൃഢവും ശക്തവുമായി, അതിശക്തമായി
കൈ നീട്ടി, കൈ പിടിച്ചുകൊണ്ട്
ഞാൻ നിന്റേതെന്നു നിനക്കറിയാൻ വേണ്ടി...

ചെ ഗുവേര

നീ വീണുപോയിട്ടും
നിന്റെ വെളിച്ചം മങ്ങിയിട്ടില്ല.
ഗിരിനിരയിലെ കാറ്റിനും മേഘങ്ങൾക്കുമിടയിൽ
നിന്റെ ഗെറില്ലാപ്രതിമ താങ്ങി നിർത്തുന്നത്
ഒരു തീക്കുതിരയാണ്.
അവർ നിന്നെ നിശബ്ദനാക്കിയിട്ടും നീ മൂകനല്ല,
അവർ നിന്നെ ചുട്ടെരിച്ചാലും
മണ്ണിൽ കുഴിച്ചിട്ടഴുകിച്ചാലും,
സിമിത്തേരികളിലും കാടുകളിലും ചതുപ്പുകളിലും
ഒളിച്ചുവെച്ചാലും
നിന്നെ കണ്ടെത്തുന്നതിൽ നിന്നും
ഞങ്ങളെ തടയാൻ
അവർക്കു സാധിക്കുകയില്ല
പ്രിയനേതാവേ, സുഹൃത്തേ.

ഡോളർവിരിച്ച മെത്തയിൽ കിടന്നുരുണ്ട്
പെൻഷൻപറ്റിയ പല്ലുകൾകൊണ്ട്
വടക്കേ അമേരിക്ക ചിരിക്കുന്നു.
ആ ചിരി ഒരു പൊയ്മുഖമായിത്തീരുന്നു.
നിന്റെ കനത്ത ഉരുക്കുശരീരം ഉയരുന്നു.
കുതിരയീച്ചകളെപ്പോലെ ഗെറില്ലാകളായി
പറന്നുപടരുന്നു.
ഒരുന്മത്ത ശക്തിപ്രസരത്തിന്റെ മധ്യത്തിൽവീണ
ആകസ്മിക നക്ഷത്രംപോലെ,
പട്ടാളം മുറിവേൽപ്പിച്ച നിന്റെ വിശ്രുതനാമം
അമേരിക്കൻരാത്രിയെ ദീപ്തമാക്കുന്നു.
ഗുവേരാ, നിനക്കറിയാമായിരുന്നു
പക്ഷേ നീയൊന്നും പറഞ്ഞില്ല,
തന്നെപ്പറ്റിയുള്ള സംസാരമൊഴിവാക്കാൻ വേണ്ടി
പ്രിയനേതാവേ,
സുഹൃത്തേ.

നീ എല്ലായിടത്തുമുണ്ട്.
ചെമ്പും സ്വപ്നവും ചേർത്തു നിർമ്മിച്ച
(അമേരിക്കൻ) ഇന്ത്യനിൽ,
ജനലക്ഷത്തിന്റെ പാതയിൽ
കുളിച്ചുനിൽക്കുന്ന നീഗ്രോയിൽ,
എണ്ണയും വെടിയുപ്പും ശുദ്ധീകരിക്കുന്നവരിൽ,
വാഴത്തോപ്പുകളുടെ ഭീകരമായ നിസ്സഹായതയിൽ
ജീവിതം തുടിക്കുന്ന പുൽപ്പരപ്പുകളിൽ,
പഞ്ചസാരയിൽ, കാപ്പിയിൽ, ഉപ്പിൽ,
അവർ വെട്ടിവീഴ്ത്തുമ്പോഴും ചലിച്ചുകൊണ്ടിരിക്കുന്ന
നിന്റെ രക്തത്തിന്റെ പ്രതിമയായ നീ,
അവർക്കിഷ്ടപ്പെടാൻ കഴിയാത്തപ്പോഴും
സജീവനായ നീ
പ്രിയനേതാവേ,
സുഹൃത്തേ.

ക്യൂബക്കു നീ മനഃപാഠമാണ്
പഠിപ്പിക്കുന്ന താടിയുള്ള മുഖം
യുവസിദ്ധന്റെ തൊലിയിൽ ആനക്കൊമ്പും ഒലീവും
ആജ്ഞാപിക്കാതെ അനുസരിപ്പിക്കുന്ന
ശക്തമായ സ്വരം,
അനുയായികളെ നയിപ്പിക്കുന്നവൻ,
സുഹൃത്തുക്കളെ അനുസ്മരിപ്പിക്കുന്നവൻ,
മൃദുലം പക്ഷേ ദൃഢം, നേതാവ്, സുഹൃത്ത്,
ഓരോ ദിനവും ഞങ്ങൾ നിന്നെക്കാണുന്നു
ഉദ്യോഗസ്ഥനായി,
ഓരോ ദിനവും യോദ്ധാവായി, ഓരോ ദിനവും
സുഗമ്യനെങ്കിലും ദുർവഹനായി,
ഓരോ ദിനവും
ശിശുവിനെപ്പോലെ നിഷ്കളങ്കൻ
മനുഷ്യനെന്നനിലയിൽ പരിശുദ്ധൻ
പ്രിയനേതാവേ
സുഹൃത്തേ.

നിറം മങ്ങിയ, കീറിപ്പറിഞ്ഞ, ഉപയോഗിച്ചു പഴയതായ
നിന്റെ യുദ്ധക്ഷീണങ്ങളുമായി നീ കടന്നുപോകുന്നു.
മുമ്പ് ഗിരിനിരയുടേതായിരുന്ന നീ
ഇപ്പോൾ കാന്താരത്തിന്റേത്.

വാളുകൊണ്ടും വാക്കുകൊണ്ടും
അർധനഗ്നമെങ്കിലും ശക്തമായ മാർവിടം,
കടയുന്ന കാറ്റ്, പതുക്കെവിടരുന്ന പനിനീരലർ,
ഇവിടെ ശാന്തിയില്ല.

ഗുവേരാ, നിനക്കാരോഗ്യം നേരട്ടെ!

അല്ലെങ്കിലതിലും നല്ലതിതാണ്
അമേരിക്കയുടെ ആഴത്തിൽനിന്ന്;
ഞങ്ങൾക്കുവേണ്ടി കാത്തുനിൽക്കുക
നിന്നോടൊത്തു ഞങ്ങളും വരുന്നു.
ഞങ്ങൾ കൊതിക്കുന്നു
നീ മരിച്ചപോലെ ജീവിക്കാൻവേണ്ടിമരിക്കാൻ,
നീ ജീവിക്കുന്നതുപോലെ ജീവിക്കാൻ,
പ്രിയ നേതാവേ,
സുഹൃത്തേ.

വിലാപങ്ങൾ

എമ്മെറ്റ് ടില്ലിനുള്ള വിലാപം

ഷിക്കാഗോയിലെ പതിനാലുകാരനായ എമ്മെറ്റ് ടില്ലിന്റെ ഛിന്നഭിന്നമായ ശരീരം മിസിസിപ്പിയിൽ ടാലഹാച്ചി നദിയിൽ കണ്ടുകിട്ടിയിരിക്കുന്നു. മൂന്നു ദിവസം മുമ്പാണ് അവന്റെ അമ്മാവന്റെ വീട്ടിൽനിന്ന് അവനെ തോക്കും കൊണ്ടുവന്നവർ തട്ടിക്കൊണ്ടുപോയത്.

വടക്കേ അമേരിക്കയിൽ
നാവികന്റെ റോസാപ്പൂവിനു
തെക്കേ ഇതളിൽ ചോരക്കറ.
മിസിസിപ്പി ഒഴുകുന്നു.
പുരാതന നദി
കറുത്തവന്റെ കൂടെപ്പിറപ്പ്.
വെള്ളത്തിനടിയിൽ തുറന്ന ചോരക്കുഴലുമായി
മിസിസിപ്പി ഒഴുകുന്നു,
അതിന്റെ വിസ്തൃതമായ മാറിടം
ഉയർന്നുതാഴുന്നു,
അതിന്റെ അഗാധ ഗിതാറിൽനിന്നു
മിസിസിപ്പി ഒഴുകുന്നു,
കയ്പൻ കണ്ണീരിന്റെ ഏങ്ങൽ വരുന്നു.

മിസിസിപ്പി ഒഴുകുന്നു,
മിസിസിപ്പി ഒഴുകുമ്പോൾ
വിളഞ്ഞ വിലാപഫലങ്ങളേന്തുന്ന
ഊമവൃക്ഷങ്ങളെക്കാണുന്നു.
മിസിസിപ്പി ഒഴുകുന്നു,
മിസിസിപ്പി ഒഴുകുമ്പോൾ

കത്തുന്ന തീക്കുരിശുകൾ കാണുന്നു.
മിസിസിപ്പി ഒഴുകുമ്പോൾ
ഭീഷണിയുടെയും വിലാപത്തിന്റെയും ആൾക്കാർ
മിസിസിപ്പി ഒഴുകുമ്പോൾ
രാത്രിയുടെ തീക്കുണ്ഡങ്ങൾ
അതിനുചുറ്റും ശവംതീനി വെളിച്ചത്തിൽ
വെള്ളക്കാരുടെ നൃത്തം
രാത്രിയുടെ തീക്കുണ്ഡങ്ങൾ
കറുത്തവൻ എപ്പോഴും കത്തിയെരിയുന്നു
അനുസരണശീലമുള്ള കറുത്തവൻ
അവന്റെ പറിച്ചെടുത്ത കുടൽമാല
പുകയിൽ പൊതിഞ്ഞിരിക്കുന്നു
ആമാശയത്തിന്റെ പുകനിറഞ്ഞു വീർപ്പുമുട്ടുന്നു
അവന്റെ വികലമാക്കപ്പെട്ട പുരുഷത്വം
അവിടെ കുടിമൂത്ത തെക്കൻനാട്ടിൽ
അപമാനത്തിന്റെയും ചാട്ടവാറിന്റെയും തെക്കൻനാട്ടിൽ
മിസിസിപ്പി ഒഴുകുമ്പോൾ
ഇപ്പോൾ, ഓ... മിസിസിപ്പി,
പുരാതന നദീ.....
കറുത്തവന്റെ കൂടെപ്പിറപ്പേ,
ഇപ്പോൾ, ഒരു ദുർബലയുവാവ്;
നിന്റെ തീരത്തെ ഒരു പൂവ്.
നിന്റെ വൃക്ഷങ്ങളുടെ വേരായിട്ടല്ല,
നിന്റെ കാടുകളിൽ ഒരു മരത്തണ്ട്
നിന്റെ കിടക്കയിൽ ഒരു കല്ല്
നിന്റെ വെള്ളത്തിൽ ഒരു ചീങ്കണ്ണി
ഒരു കുട്ടിയെന്നു പറയാൻവയ്യ
ഒരു മരിച്ച കുട്ടി, കൊല്ലപ്പെട്ടവൻ, ഏകാകി,
കറുത്തവൻ.

പമ്പരവും കൂട്ടുകാരും
അയൽക്കാരും
ഞായറാഴ്ചക്കുപ്പായവും
സിനിമാ ടിക്കറ്റും
ഡെസ്ക്കും ബോർഡും
മഷിക്കുപ്പിയും
പന്തുകളിക്കയ്യുറയും
ഗുസ്തി കാര്യപരിപാടിയും

ലിങ്കന്റെ ചിത്രവും
ഐക്യനാടുകളുടെ കൊടിയും....
കറുത്തവൻ.

കറുത്തവൻ, കൊല്ലപ്പെട്ടവൻ, ഏകാകി.

എതിരേവന്ന
വെള്ളക്കാരിപ്പെണ്ണിന്റെ നേർക്ക്
പ്രേമത്തിന്റെ റോസാപ്പൂവെറിഞ്ഞ ഈ കുട്ടി.

പുരാതന മിസിസിപ്പീ,
ഓ... രാജാവേ, ഓ... തടിച്ച കുപ്പായമിട്ട നദീ,
ഇവിടെ നിന്റെ കുഞ്ഞലമാലവണ്ടി നിർത്തണേ,
നിന്റെ നീലക്കടൽ തേടുംവണ്ടി.
ഈ ഇളംശരീരമൊന്നു നോക്കണേ,
ചിറകുണ്ടായിരുന്നതിന്റെ പാടു-
മാഞ്ഞുകഴിഞ്ഞിട്ടില്ലാത്ത
ഈ കൗമാര മാലാഖ,
അവന്റെ ഇല്ലാത്ത നെറ്റിത്തടം തൊട്ടുനോക്കണേ.
കല്ലും കല്ലും കൊണ്ട്
ഈറയവും കല്ലുംകൊണ്ട്
ആക്ഷേപവും കല്ലുംകൊണ്ട് തകർക്കപ്പെട്ട നെറ്റി.
ഒരു കാലത്ത് ചൂടായിരുന്ന രക്തം കട്ടപിടിച്ച്
കട്ടകെട്ടിയ അവന്റെ പൊളിഞ്ഞ നെഞ്ചിൻകൂടു നോക്കണേ.
നോക്കൂ,
ഭൂഗർഭ ഭാവകജ്വാലയുള്ള
കറുത്തവന്റെ അനന്തമായ രാത്രിയിൽ
ദുരന്തചിഹ്നമായ ചന്ദ്രൻ തിളക്കിക്കാട്ടുന്ന രാത്രിയിൽ
നോക്കൂ, ഈ തിളങ്ങുന്ന രാത്രിയിൽ
മിസിസിപ്പീ, പറയൂ:
വെള്ളം നിറഞ്ഞന്ധമായ കണ്ണുകൾകൊണ്ട്
ഈ വിലാപത്തെ, ഈ പാതകത്തെ
പ്രതികാരം നടന്നിട്ടില്ലാത്ത ഈ കൊച്ചുകൊലപാതകത്തെ
ഈ മഹനീയ വിശുദ്ധ ജഡത്തെ
നിനക്കു നിരീക്ഷിക്കാൻ കഴിയുമോ?
നോക്കൂ, ഈ തിളങ്ങുന്ന രാത്രിയിൽ

മുഷ്ടികളും പക്ഷികളും സ്വപ്നങ്ങളും ലോഹങ്ങളും
കൊണ്ടു ഭീമാകാരനായ നീ....
നോക്കൂ, ഈ തിളങ്ങുന്ന രാത്രിയിൽ
ഓ, പുരാതന നദീ, കറുത്തവന്റെ കൂടെപ്പിറപ്പേ,
നോക്കൂ, ഈ തിളങ്ങുന്ന രാത്രിയിൽ
നോക്കൂ, ഈ തിളങ്ങുന്ന രാത്രിയിൽ
പറയൂ.....
മിസിസിപ്പി!

ക്യൂബൻ വിലാപം

ക്യൂബാ: തീറെഴുതിയ പനന്തോപ്പ്
വരച്ചു വേലികെട്ടിയ സ്വപ്നം
പഞ്ചസാരയുടെയും അവഗണനയുടെയും
പരുക്കൻ ഭൂപടം......

കാട്ടിൽനിന്നു കാട്ടിൽനിന്നു കാട്ടിലേക്കു
പിൻതുടരപ്പെടുന്ന സുന്ദരൻ കലമാനേ,
മുറിവേറ്റ പള്ളയിൽനിന്നു ചോര നക്കാനായി
ഇടയ്ക്കൊന്നു നിൽക്കാൻ ഒരു കാടു നീയെവിടെ കണ്ടെത്തും?
കപ്പൽച്ചേതം സംഭവിച്ച, തളരാത്ത നിന്റെ മാറിന്റെ
രോഷാകുലമായ വിള്ളലിനു മുന്നിൽ നിൽക്കുന്ന ഞാൻ
ഉറക്കമില്ലാത്ത ജലപ്പരപ്പുകളുടെ
ഇരുണ്ട തള്ളിക്കയറ്റം അറിയുന്നു.
ഓരോ തുടിപ്പും ഞാൻ അറിയുന്നു.
പരന്നു പോകുന്ന കടലിൽനിന്നെന്നപോലെ
ചുരുങ്ങിക്കൂടുന്ന കടലിൽനിന്നെന്നപോലെ
ഒരേ കേന്ദ്രം ചുറ്റുന്ന കടലിൽനിന്നെന്നപോലെ
തന്റെമേൽതന്നെ വന്നു തകരുന്ന കടൽ.

അവർക്കിപ്പോൾ അതറിയാം, അവരതു കണ്ടിട്ടുണ്ട്:
മഹാഗണിക്കൊത്ത തോളുകളുള്ള കറുത്ത പെണ്ണുങ്ങൾ
കറുത്ത പെണ്ണുങ്ങളെപ്പോലുള്ള
വയറുകളോടു കൂടിയ ഗിതാറുകൾ
അവരതു കണ്ടിട്ടുണ്ട്, അവരതാവർത്തിക്കുന്നു:
തുറമുഖത്തെ രാത്രികൾ
വലിയൊരു തകരയാകാശം മീതെ

ജീവനില്ലാതൊഴുകുന്ന ഒരു പാക്കപ്പൽ
ഡ്രൈവറെയും ചുങ്കക്കാരനെയും
ചുറുചുറുക്കുള്ള വിനോദസഞ്ചാരിയെയുംപോലെ
ചെണ്ടക്കും ചീങ്കണ്ണിക്കും അതറിയാം
ഒരു നക്ഷത്രംമുങ്ങിയ ആഴമുള്ള
കുപ്പിക്കും അതറിയാം
അവരതുകണ്ടിട്ടുണ്ട്,
അതു ശരിക്കു മനസ്സിലാക്കിയിട്ടുണ്ട്.
നൂറുവർഷമായ കുഞ്ഞിന്റെ തെരുവ്
റം, മദ്യശാല, റോസാപ്പൂ, നാവികൻ
കരിമ്പിൻകള്ളിന്റെ കാാരകീറിയ
നെഞ്ചുമായി പെട്ടെന്നു കടന്നുപോകുന്ന
ആ സ്ത്രീ.
ഓ... ക്യൂബാ, നിന്റെ കരിമ്പു കരയുന്നതും
അസ്വസ്ഥമായി നീണ്ട്
ദീർഘനിശ്വാസം പോലെ നീണ്ടു
വളരുന്നതും ഞാൻ കാണുന്നു......
അന്തരീക്ഷത്തിൽ
അതു കരിയുന്നതിന്റെ രൂക്ഷഗന്ധം ഞാൻ ശ്വസിക്കുന്നു.
അതാ, അത്യാഗ്രഹം അനന്തമായ കുഴലൂത്തുകൊണ്ട്
വിളിച്ചു വരുത്തുന്ന കൊച്ചു രക്ഷസ്സുകൾ
അവരുടെ കൊമ്പുകൾ ഉയർത്തുന്നു, പെട്ടെന്നു–
പ്രകാശത്തിന്റെ അനന്തമായ മിന്നലാട്ടത്തിൽ മറയുന്നു.
അതാ, പുഞ്ചിരിച്ചുകൊണ്ട് കൊലനടത്തുന്ന യുവാവ്
ഭീരുത്വം നിറഞ്ഞ ഡൈനാമിറ്റിന്റെ
കറുത്തപൊടിയിൽ
പുതഞ്ഞുകിടക്കുന്നു.
അതാ, ഹ്രസ്വജീവി ജൂപ്പിറ്റർ,
സേവകാട്ടുന്ന ഉദ്യോഗസ്ഥൻ
വീമ്പിളക്കുന്ന തലവൻ
അവൻ പെട്ടെന്നു പൊട്ടിത്തെറിച്ച് ഉയരുന്നു....ഉയരുന്നു....
ഉച്ചിയിൽ വെട്ടിത്തിളങ്ങുംവരെ ഉയർന്ന്
മേഘത്തുമ്പിലെ കയ്യാങ്കളിക്കാരൻ
അത്രയും പെട്ടെന്നുതന്നെ താഴോട്ടു വീഴുന്നു....വീഴുന്നു....
പാറയിൽ തട്ടിത്തകരാൻവേണ്ടി വീഴുന്നു:
പ്രഭാഷണവും ശവക്കച്ചയുമില്ലാത്ത ശവം.
മുട്ടുവരെ കൊലച്ചളിയിൽ നീന്തുന്നു.
ആർത്തിക്കാരൻപന്നിയെ ഞാൻ അവിടെ കാണുന്നു.

ഒരു പോരാട്ടവും കൂടാതെ ഒലിംപസ് കയറിയ
തിളങ്ങുന്ന മെഡലുകളുള്ള കടലാസ്-
ജനറലിനെ ഞാൻ കാണുന്നു.
വസന്തത്തിന്റെ ആഹ്ലാദം വിരസമെന്നെണ്ണുന്ന
പായൽത്തലയൻ ഡോക്ടറെയും കാണുന്നു.

അതിനുതൊട്ടടുത്ത് ഞങ്ങളുടെ അയൽക്കാരനെ കാണുന്നു.
അയാൾക്ക് ടെലിഫോണും അന്തർവാഹിനിയുമുണ്ട്,
അയാൾക്ക് ഒരു പ്രാകൃത കപ്പൽവ്യൂഹമുണ്ട്, പ്രാകൃത-
കടൽവ്യൂഹം ഒരു കുന്നുപൊന്നും
മേൽത്തട്ടുമുറിയും കഴുകന്മാരുടെ
ഗായകസംഘവുമുണ്ട്. അനേകം അന്ധരും
ബധിരരുമായ പട്ടാളക്കാർ ഭയംകൊണ്ടും
വിദ്വേഷംകൊണ്ടും യുദ്ധത്തിലേക്കു നയിക്കപ്പെടുന്നു.....
(ചോരപ്പശയൊട്ടിയ കൊടികളിൽ നിന്ന്
ഒരു മെയ്യളിനാറ്റം പരക്കുന്നു-അവരുടെ
വഴിയിൽ ഈച്ചകൾപോലും മരിച്ചുവീഴുന്നു)
അതെ, രാത്രി പ്രേതങ്ങളാൽ ചുഴലപ്പെട്ട
ഞങ്ങളുടെ തീരത്തിനപ്പുറം അയൽക്കാരൻ ജീവിക്കുന്നു.
പദ്ധതി തയ്യാറാക്കുന്ന നയതന്ത്രപ്രതിനിധികൾ,
ഗുസ്തിക്കാരൻ, ടിന്നിലടച്ച കാളയിറച്ചി,
വെടിയുണ്ടകൾ, കപ്പൽപ്പണിക്കാർ, ദരിദ്രവാസികൾ,
കൗമാര സ്വയംഭോഗികൾ, അനുയാത്രികർ,
പുകനിറഞ്ഞ കുഴലുകൾ, യന്ത്രക്കോപ്പുകൾ,
ഒന്നാംതരം കാലിപ്പുകയില, മേൽത്തരം ഗ്യാസലിൻ,
കളിത്താംബൂലം, തുകൽച്ചെരുപ്പുകൾ,
വമ്പൻ ചുഴലിക്കാറ്റുകൾ, കാലാവസ്ഥാഭേദങ്ങൾ,
എല്ലാത്തിലുമുപരി ഉഗ്രരായ നാവികപ്പട,
കുന്തത്തോക്കാണേറ്റവും ഉത്തമമെന്ന് കൂടെക്കൂടെ
അവൻ മനസ്സിലാക്കുന്നു.
വേറെന്ത്?വേറെന്ത്? ഒന്നുമില്ല,
തലയാളന്റെ ചാട്ടവാറേറ്റ് വഴിവക്കിൽ സ്വന്തം
നിഴലുകൾ ഛർദ്ദിക്കുന്ന അന്ധവും വ്രണിതവുമാക്കപ്പെട്ട
നാട്ടിൻപുറം മാത്രം, ഭാവിയില്ലാത്ത
നശിച്ച നഗരം; എൽ എസ്മോകിൻ എൽക്ലബ്.....
ജീവിതത്തെപ്പറ്റി സ്വപ്നംകണ്ടുകൊണ്ട്,
ആശുപത്രികളിൽ മതിഭ്രമം പിടിപെട്ട് മൃഗങ്ങളെ-
പ്പോലെ മരിക്കുന്ന, മന്ദഗതിയിൽ പതിഞ്ഞമർന്ന,
ഉറകൂടിയ മനുഷ്യർ മാത്രം.

വേറൊന്നുമില്ലേ? ശബ്ദങ്ങൾ–
കൂട്ടംകൂട്ടമായി ചോദിക്കുന്നു.
അതാ, നഗ്നപാദൻ ജോൺ അവന്റെ നീണ്ട രാത്രി
പുലരിക്കുവേണ്ടി കാത്തിരിക്കുന്നു.
അതാ, പുറംപോക്കിൽ ജോൺ: അവന്റെ
ഗിതാറിൽ നിന്ന് ഒരു ഹരിതനിശ്വാസം
ഒന്നും പലതുമായ ഒരു ഗാനം.
അതാ, കറമ്പൻജോൺ, വെളുമ്പൻ
ജോണിന്റെ സഹോദരൻ: അവർ ഒന്നുചേർന്നു നടക്കുന്നു.
ഒന്നു പറയട്ടെ, അതാ ജനംജോൺ:
നമ്മുടെ സ്വന്തം അനന്തത വിഭിന്നരക്തം.
ഞാൻ എന്റെ കവിതയുമായി
നീ നിന്റെ റോസുമായി
നീ നിന്റെ പുഞ്ചിരിയുമായി
നീ നിന്റെ നോട്ടവുമായി
നീ നിന്റെ നീറുന്ന വിലാപവുമായി–
ഓരോ കണ്ണീർത്തുള്ളിയിലും ഒരുവാൾ.
ജനംജോൺ പറയുന്നു: അവൻ അലറുന്നു.
"മഹാനായ മാർത്തീ, നിന്റെ–
നീലത്താരം ഇപ്പോഴും തിളങ്ങുന്നു.
നിന്റെ വ്യക്തമായ ശബ്ദം മൂടൽമഞ്ഞു പിളർക്കുന്നു
മലകളിൽ നിന്റെ വിശുദ്ധാഗ്നി ജ്വലിക്കുന്നു."
ജനംജോൺ പറയുന്നു; അവൻ അലറുന്നു,
ലോഹനിർമ്മിതനായ മാസെയോ,
സുഹൃത്തായ കരിമ്പുകത്തി,
മിന്നൽപ്പിണർ, മണി, കണ്ണാടീ–നിന്റെ മുറിവുകൾ
വരഞ്ഞിട്ട ചുവപ്പുപാതയിലൂടെ ഞാൻ പിൻതുടരുന്നു.
ഭയങ്കരമായ വടക്കൻനാട്ടിൽ നിന്നു മരണം–
പുഴുക്കളും മരണവും, കുരിശും മരണവും,
കണ്ണീരും മരണവും, മരണവും ശവക്കുഴിയും,
മരണവും മൈക്രോബും, മരണവും കുന്തത്തോക്കും,
മരണവും അങ്കവടിയും, മരണവും കുതിരലാടവും,
രഹസ്യായുധം കൊണ്ടുള്ള മരണം,
ഏകാന്തതയിൽ മരിക്കുന്നചതിക്കുഴിയിൽ
വീണവരുടെ മരണം,
ലോറൽകിരീടമണിഞ്ഞ യുവാവിന്റെ മരണം,

നിഷ്കളങ്കനായ ആറിലൊന്നിന്റെ മരണം;
വിമാനപ്രളയവും അന്ധബോംബുകളുംകൊണ്ട്
ലാസ്‌വെഗാസിൽ ഉരുവിട്ടു പഠിച്ച,
പ്രവചനവിധേയമായ മുൻകൂർമരണം–
കൊണ്ടുവരുന്ന, രക്തദാഹിക്കഴുകന്റെ ചിറകിൽ
വൃദ്ധനും ക്ഷീണിതനുമായ സിംഹത്തിന്റെമേൽ
മാംസത്തിന്മേലല്ല–തീജ്വാലകൊണ്ട്
അടയാളം വീഴ്ത്താൻ ഹാ മറ്റൊരു
പെരാലെ ഹോ വന്നിരുന്നെങ്കിൽ!
ജനംജോൺ പറയുന്നു; അവൻ അലറുന്നു,
"ഇന്നലെത്തന്നെ
വഴിമധ്യത്തിൽ നമ്മുടെ യാത്ര തടയാൻ
നമ്മുടെ ആവേശം തകർക്കാൻ
ഒരു നീചമായ പ്രഹരം–നമ്മെയടിച്ചുവീഴ്ത്താൻ
ഒരു നീചമായ പ്രഹരം ഉണ്ടായി."
അച്ഛന്റെ മാർബിളിൽ കൊത്തിയപേരുമാത്രം
അറിയാവുന്ന കുട്ടി
വിലങ്ങു പൈതൃകം പേറുന്നവൻ–
അവന്റെ അച്ഛന്റെ ലോഹമയ ഹൃദയവും പേറുന്നു.
അതു ജ്വലിക്കുന്നു, നെഞ്ചത്ത്
തിളങ്ങുന്ന
ഓടുകൊണ്ടുള്ളൊരു പൂവുപോലെ,
സൂര്യനുതുല്യൻ, അവന്റെ ജ്വാല
ആയുധമായണിഞ്ഞവൻ, പ്രതികാരത്തിന്റെ റോസ്
കിരീടം ചൂടിയവൻ
ആ ബാലനായകൻ പഴയ നിലവിളി ഏറ്റെടുക്കുന്നു:
കിടങ്ങിലും കോട്ടയിലും കരിങ്കൽഭിത്തിമേലും
കറുത്ത ഇരുമ്പ് തുളച്ചുകയറുന്നു,
അസ്ഥിയോളം മുറിവേൽപ്പിക്കുന്നു,
തെളിഞ്ഞ ജ്വാലകൾ ആകാശംമുട്ടെ ഉയരുന്നു......
തന്റെ ഉച്ചകോടിയിൽ നിന്നു
മാസെയോ മിന്നിത്തിളങ്ങുന്നു.
മാർത്തിയുടെ നീലത്താരം വിശുദ്ധമായി എരിയുന്നു.

കാമാഗ്വേയ്ക്കുള്ള വിലാപം

ഓ കാമാഗ്വേ, ആട്ടിടയരുടെയും
വട്ടത്തൊപ്പികളുടെയും സൗമ്യപ്രദേശമേ!
എനിക്കു സംസാരിക്കാൻ വയ്യ, പക്ഷേ
ഈ രഹസ്യം, ഈ രാത്രി എന്നെ മാടിവിളിക്കുന്നു.
എനിക്കു സംസാരിക്കാൻ വയ്യ, പക്ഷേ
അച്ഛന്റെ വിവേകമിയന്ന ശബ്ദവും
കാറ്റിൽ കേൾക്കുന്ന കേഴലുകളും എന്നെ വിളിക്കുന്നു.
ഓ കാമാഗ്വേ, വിശുദ്ധ–
വിശുദ്ധ, വിശുദ്ധ ഭൂമീ!
നിന്റെ ഐഹികമായ കല്ലുകളും
ഇരുണ്ടമുഖവും ഞാൻ ചുംബിക്കുന്നു.
മടക്കയാത്രക്കുള്ള കാലടികൾകൊണ്ട്
പോയ്വരേണ്ട കാലുകൾകൊണ്ട്
നിന്റെ ഗംഭീരവിശ്രമവക്ഷസ്സു ഞാൻ കുറുകെ കടക്കുന്നു.
യാത്രപുറപ്പെടുന്ന ഒരു സഞ്ചാരിയായി
ഞാൻ എന്നെത്തന്നെകാണുന്നു.
വിശ്ലഥമായ നിന്റെ പുലർമഞ്ഞിൽ
ശൈശവത്തിന്റെ മായാവീഥികളിലൂടെ
ദേവമന്ദിര പ്രവാഹങ്ങളിലൂടെ
കൃഷിക്കാരുടെ കരിമ്പുകത്തികളിലൂടെ
മറ്റുകാലങ്ങളുടെ കവലകളിലൂടെ,
ചോരകളിലൂടെ, നിലവിളികളിലൂടെ
ഒരു തെരുവുകണ്ടെത്തി ഞാൻ അതുവഴിപോകുന്നു.
അതൊരു സ്വപ്നമാണ്.
എന്റെ നഗരമേ......
ഒരു ഗിതാറിന്റെ ശബ്ദം
അന്തരീക്ഷത്തിൽ തങ്ങിനിൽക്കുന്നു.
അതു സ്വപ്നം കാണുന്നു, നിലവിളിക്കുന്നു.

പുലരിപ്രകാശത്തിൻ പുഷ്പമേ നീ
പുതുജീവൻ തേടിയണഞ്ഞാലും!
മൃദുശുഭ്രമായ നിന്നിതളുകളിൽ
ചൂടുവെയിലിപ്പോൾ പതിക്കുന്നു.
എന്റെയാത്മാവിന്റെ കണ്ണാടിയാ-
മെന്റെയിരവിന്റെ തന്ത്രിവാദ്യം
നഗരോന്മുഖമായുണർന്നു വീണ്ടും
വിനയാന്വിത വിനയാന്വിത വിശ്രമത്തിൽനിന്നും
പഴയദുഃഖങ്ങൾ അനുസ്മരിപ്പൂ
മധുരസുവർണ്ണ ബാഷ്പം പൊഴിപ്പൂ.

ഞാൻ നടക്കുകയാണ്, സ്വപ്നാലസരായ
കുതിരകളെ, സ്വപ്നാലസരായ വിൽപ്പനക്കാരെ,
മടങ്ങുന്ന മുഴുക്കുടിയന്മാരെ,
ഞാൻ കണ്ടുമുട്ടുന്നു.
ഞാൻ ചെന്നു വീഴുന്നു, കരയുന്നു, തട്ടിമറിയുന്നു,
ഇന്നലത്തെ മനുഷ്യരുടെമേൽ
മറ്റുകാലങ്ങളിൽനിന്നു
കുതറിയുഴറിയൊഴുകുന്ന
വിദൂരസ്ഥരായ മനുഷ്യരുടെമേൽ
അതൊരു സ്വപ്നമാണ്.
എന്റെ നഗരമേ......
ചങ്ങാതിയായ ഗിതാറിനോട്
എന്റെ കേവല ദുഃഖം
പറഞ്ഞറിയിക്കാൻ കഴിഞ്ഞിരുന്നെങ്കിൽ,
ഞാൻ ഇങ്ങനെ പാടിയേനെ:
എത്ര മനോഹരമീ ദേശം
ഇപ്പോളറിയുന്നു വീണ്ടും ഞാൻ,
വർഷങ്ങൾ മുൻപെന്റെ ബാല്യത്തിൽ
ചുറ്റിനടന്നൊരീ കൽത്തെരുവിൽ
ഇപ്പോൾ നടക്കുന്നു വീണ്ടും ഞാൻ,
എന്റെയാത്മാവിൽ മുറിവുചാർത്തു-
മെൻവേദനേ നീ വിലപിക്കൂ,
നാടകശാലയിലെന്നപോൽ ഞാൻ
ഈ ദിക്കിൽ വന്നിരിക്കുന്നു.
എൻ ജീവിതത്തിൻ കഥപറയും
മഞ്ജുചലച്ചിത്രം കാണുന്നു ഞാൻ.

പഞ്ചഭൂതങ്ങളിൽ ഉപേക്ഷിക്കപ്പെട്ട
പല പേരുകൾ വിളിക്കുന്നു.
ചരിത്രാതീത പൂർവികരുടെ
അസ്ഥികൾപോലുള്ള പേരുകൾ.
(എന്റെ പൂർവചരിത്രം, കഷ്ടിച്ച് ഇന്നലെ,
ഈ ദിവസംകൂടി; ഒരു പക്ഷേ അതുകഴിഞ്ഞും)
മരുന്നുകടക്കാരൻ സുഹൃത്ത് നികോലോപ്പസ്
എവിടെ? ഉദാഹരണത്തിന്, നഗരഗുമസ്തനായ
എസ്തെബാൻകോറെസിന്റെ
ചെമന്ന വട്ടമുഖവും
പതിഞ്ഞ പരുക്കൻശബ്ദവും എവിടെ?
എന്റെ കൊച്ചുമുത്തശ്ശി എവിടെപ്പോയി?
കുറുകിയ കാലടികളും
അമർത്തിയ ചുമയും കഴുത്തുചുറ്റിയ
അർബുദത്തൂവാലയുമുള്ള
കൊച്ചു പെപ്പില......
എന്റെ കൊച്ചുമുത്തശ്ശി.
കൂർത്ത പച്ചക്കണ്ണുകളും
മുടമ്പല്ലു വായുമുള്ള പൊലീസുകാരൻ
കാൻമൻ എവിടെ?
രാക്ഷസ ശരീരവും
പാവത്താൻ പുഞ്ചിരിയുമുള്ള
കറമ്പൻ പൊലീസുകാരൻ
സമോറായോ?
സമോറാ! ദാ വരുന്നു സമോറാ!
(കളിക്കിടയിൽ എന്നെ ഭയപ്പെടുത്തിയ വിളി
എന്റെ വേണ്ടാതനങ്ങളെ പേടിപ്പിച്ച വിളി)
ഞങ്ങളുടെ 'മാസെയോ' യോഗങ്ങളിൽ
അരിസ്റ്റോട്ടിലിനെപ്പറ്റി സംസാരിച്ച
എന്റെ കൂട്ടുകാരൻ അഗസ്തിൻ പെയോ
പെട്ടെന്നു ഞാൻ ഓർക്കുന്നു സെറാഫിൻ തൊളേഡോയുടെ
വലിയ മൂക്ക്, ഹാർദ്ദമായ ചിരി
തയ്യൽക്കാരന്റെ കത്രിക.......
ഇപ്പോൾ അയാളെ എനിക്കു കാണാം.
തോമാസ് വേലെസിൽ നിന്ന്
(എന്റെ ഗുരുവായ തോമാസ് വേലെസ്)
വരുന്നു ലോഗരിതംകുറിച്ച എഴുത്തുപലകയും
റീസാതെരുവിലെ ഗണിതത്തേനീച്ചകളുടെ
ഇരുണ്ട കൂടും

പൊടിയുടെയും കാറ്റിന്റെയും സ്ഥലത്തെ ചിത്രകാരൻ
അപ്പെലെസ് പ്ലാ കാത്തിരിക്കുകയാണ്:
എന്റെ ആദ്യത്തെ പെണ്ണിനെയും ആദ്യപാനീയത്തെയും
കാണിച്ചുതന്ന ദയാമയനായ ശത്രു
മുഖ്യരാക്ഷസൻ.
പത്രാധിപനദിയിലെ അണക്കെട്ടുകൾ
സിസ്റ്റർ ബിയെൽസാ പൊട്ടിച്ചിട്ട
ആ വിസ്തൃത മാസികയെവിടെ?
എന്നെ ഈ ലോകത്തിലേക്ക്
കൊണ്ടുവരാൻ കഴിവുണ്ടായിരുന്ന
ദുർബലനായ തകർന്ന ഡോക്ടർ:
ഡോൺ മിഗ്വെൽ റാമിറെസിന്റെ കാർ
(ആ കുടുകുടു-കുടുകുടു-കുടുകുടുകാർ)
എവിടെ?
ഈയത്തിലുള്ള അച്ചുകൾ നിരത്തിയ ഭിത്തിക്കരികിൽ
പ്രോസ്പെറോകറ്റോഡിനെ
എന്റെ ഓർമ്മയുടെ ഒരു കോണിൽ ഞാൻ കാണുന്നു.
എന്റെ ബാല്യത്തിലെ ശാന്തമായ
ഉൾനാടൻ അച്ചുശാലയിലെ
ഹ്രസ്വമായ വൈദ്യുതിപ്പൊരി
ഒട്ടൊരു മംഗോളിയനായ ആ അച്ചുനിരത്തുകാരൻ.
അതാ പോകുന്നു കാൻഡിഡോ സലാസർ:
ഉദാരതയുടെ സ്വപ്നം അയൽക്കാരൊത്തു പങ്കിട്ടുകൊണ്ട്
റോമാചക്രവർത്തിയുടെ മുഖവടിവോടെ
പങ്കിട്ടുകൊണ്ട്,
പുതുതായി വന്ന രാത്രിയിൽ
ജനങ്ങൾക്കുവേണ്ടി എന്റെ അച്ഛൻ ഇറുത്തെടുത്ത
മഷിയുടെയും ചോരയുടെയും റോസാപൂക്കൾ
പങ്കിട്ടുകൊണ്ട്,
ആശുപത്രിത്തെരുവേ,
ഇപ്പോൾ കാറ്റേറ്റു നശിക്കുന്ന
നിന്റെ പുരാതനകളിമൺതൊലി ഞാൻ കാണുന്നു.
ഞാൻ മറന്നിട്ടില്ല,
സാൻ ഇഗ്നാസിയേ തെരുവും
ഡോൺസിക്സതോ കിടന്നുറങ്ങിയിരുന്ന
ഒരു മട്ടുപ്പാവിന്റെ വലിയ ഉരുക്കുമേൽത്തട്ടും
ഞാൻ ഓർമ്മിക്കുന്നുണ്ട്.

അയാൾ ഒരു വക്കീലായിരുന്നു, എന്റെ രക്ഷാധികാരിയും.
സാൻ മിഗ്വെൽ തെരുവേ,
തേനീച്ചക്കൂടിന്റെ ഇരമ്പലുള്ള
ഒരു പക്ഷിപ്പുര ക്ലാസുമുറിയിൽ
പേനാക്കത്തിപ്പാടുകളുള്ള സ്കൂൾ ഡെസ്ക്കും
ലൂയിസ് മനുവേൽ ഡി വറോണയുടെ
തുറന്ന ലോഹശബ്ദവും എനിക്ക് ഒരിക്കൽകൂടി തരിക.
വളരെദൂരം നടന്നു വരികയാണ് ഞാൻ.
ഞാൻ ജനങ്ങളോടൊപ്പം നിൽക്കുന്നു.
ഞാൻ എന്റെ ഓർമകളുമായി വരുന്നു.
എന്റെ മുറിവുകളും എന്റെ കവിതയുമായി വരുന്നു ഞാൻ:

കുടിലിൻ ജനാലക്കൽ ഞാൻ വരുമ്പോൾ
അവിടെ കാത്തിരിക്കുന്നുണ്ടെന്റെയമ്മ
പ്രാർത്ഥനയും കണ്ണീരുമായിട്ടെന്നെ
യാത്രയയച്ചതവരാണല്ലോ.
അവരുടെ തനി വെൺമുടിത്തിരയാൽ
അപമാനിതയാകും ലിനൻതുണിയും
ശാന്തിപ്പിറാവിന്റെ കണ്ണുകൾപോൽ
കാന്തിയെഴുന്ന കണ്ണാണവർക്കും.
അക്കണ്ണിൽ കരളിനു ചൂടുചേർക്കും
മുഗ്ദമാതൃസ്നേഹം മിന്നി നിൽപ്പൂ.

വളരെദൂരം നടന്നു വരികയാണു ഞാൻ
ഈ തിരമാലകളിലേക്കു താഴുകയും ചെയ്യുന്നു.
വളരെദൂരം നടന്നു വരികയാണു ഞാൻ
ഈ പുല്ലിലൊന്നു നിവർന്നു കിടക്കുകയും ചെയ്യുന്നു.
ഇവിടെ ഈ കവലയിൽ ഞാൻ കളിക്കാൻ വന്നിട്ടുണ്ട്
ഇവിടെ ഈ മേഘങ്ങൾക്കു കീഴിൽ ഞാൻ
പാടാൻ വന്നിട്ടുണ്ട്
വിതിർത്ത തുടകളുടെ വിറക്കുന്ന
പച്ച ഗിതാറുകളുടെ സമീപം.
ദൈനംദിനാവശ്യങ്ങളും ശബ്ദങ്ങളും
തൊണ്ടകളും നഖങ്ങളും ഉള്ള തെരുവിലെ ജനമേ,
വ്യക്തതയുള്ള, വീരോചിതമല്ലാത്ത
സാധാരണ ആത്മാക്കളേ,
ചരിത്രത്തിന്റെ അസ്ഥിവാരക്കല്ലേ,

നിന്നെപ്പറ്റി പറയുകയും സ്വപ്നം
കാണുകയും ചെയ്യുന്നു
ഞാൻ എന്നറിക,
രാത്രിയുടെ മധ്യത്തിൽ നിന്നെ ഞാൻ തേടുന്നുവെന്നറിക,
രാത്രിയുടെ മധ്യത്തിൽ,
രാത്രിയുടെ മധ്യത്തിൽ നിന്നെ ഞാൻ തേടുന്നുവെന്നറിക,
രാത്രി, ഈ നിശബ്ദത,
രാത്രിയുടെ മധ്യത്തിൽ, പ്രത്യാശയുടെയും.

ഷാക് റൂമൈനിനുള്ള വിലാപം

ഷാക് റൂമൈൻ 1907-ൽ പോർട്ട്-ഓ-പ്രിൻസിൽ ജനിച്ചു. 37 കൊല്ലം കഴിഞ്ഞ് അതേ നഗരത്തിൽവെച്ചു മരിച്ചു. കഥാസമാഹാരങ്ങളും കവിതാ സമാഹാരങ്ങളും അദ്ദേഹം എഴുതി: സസ്യശാസ്ത്രത്തെയും വർഗശാസ്ത്രത്തെയുംപറ്റി ഗ്രന്ഥങ്ങൾ രചിച്ചു. ആഗസ്ത് മാസത്തിൽ ഒരു പ്രഭാതത്തിൽ അദ്ദേഹം യാത്ര പുറപ്പെട്ടു, പത്തു മണിക്ക്....

എപ്പോഴും അതേ ഗൗരവമുള്ള ശബ്ദം.
അവൻ ഇടിമുഴക്കമുയർത്തി, അഗ്നിക്കൊപ്പം ജ്വലിച്ചു.
ചന്ദ്രനും ലോഹവും കൊണ്ടു നിർമ്മിച്ചവൻ,
ഇടിമുഴക്കം ഉയർത്തി, അഗ്നിക്കൊപ്പം ജ്വലിച്ചു.
തിളങ്ങുന്ന പ്രകാശത്തിൽ അവൻ വന്നു
'നിന്റെ അന്ത്യമടുത്തു' എന്നു നിലവിളിച്ചുകൊണ്ട്
ഇവിടെ അടുത്തുതന്നെ വീണു.
ആ ദിവസത്തിനു പേരൊന്നുമിട്ടിരുന്നില്ല
അവന്റെ ഇരുണ്ട ധീരമായ മുഖം നീ കണ്ടിട്ടുണ്ടോ;
പറയൂ ഹെയ്റ്റിക്കാരാ, പറയൂ വേഗം,
അവൻ വീഴ്ത്തിയ നേർത്ത നിഴലും?
എപ്പോഴും ഗൗരവമിയന്ന അതേ ശബ്ദം
ലോഹവും ചന്ദ്രനും കൊണ്ടു നിർമ്മിതം;
അവൻ അത്ര ദാർഢ്യമുള്ളവനും ദുഃഖിതനുമായിരുന്നു......

നീ മരിച്ചു എന്ന് എനിക്ക് എത്ര നന്നായിട്ടറിയാം;
എത്ര വ്യക്തമാണത്!
അടിസ്ഥാനഭാവം, അഗാധഹൃദയം:
അടിച്ചു വീഴ്ത്തപ്പെട്ട ദൈവം,
എല്ലാരും മരിക്കുന്നപോലെ
ഇപ്പോൾ മൃതനും.
ശ്രദ്ധാലുവായ, ചിന്താശീലമുള്ള
സ്വപ്നം നിറഞ്ഞ നിന്റെ തലയോട്
ഉയർത്തപ്പെട്ടിരിക്കുന്നു.
അദൃശ്യമായ മാംസത്തോടും മിനുക്കിയെടുത്ത
അസ്ഥിയോടുംകൂടി
അലങ്കാരമില്ലാതെ, ശവക്കോടിയില്ലാതെ മൃതൻ.
കഠിനമായ അവഗണനയുടെ
ഒഴുക്കുത്തിൽ മൃതൻ.
മൃതൻ, മൃതൻ, മൃതൻ, ഇപ്പോൾ മൃതൻ.
എന്തായാലും ഞാൻ ഓർമ്മിക്കുന്നു.
ഞാൻ ഓർമ്മിക്കുന്നു
എന്തായാലും.
ഉദാഹരണത്തിന്, ഞാൻ സ്മരിക്കുന്നു
പാരീസിൽനിന്ന്
അവന്റെ നിത്യവും ധരിക്കുന്ന ഔദ്യോഗിക കുപ്പായം
മൂടൽ ചാരനിറം,
മാറാത്ത ചാരനിറം.
പാരീസിൽനിന്ന്
അവന്റെ ഹെയ്റ്റി വേഷത്തിനുള്ള
നീലമൂടൽക്കുപ്പായം.
ഞാൻ സ്മരിക്കുന്നു ഫ്രഞ്ചു ചെരുപ്പുകൾ
മൊട്ടുസൂചിവരയൻ ശരായികൾ
മെക്സിക്കോയിലേക്കുള്ള
പ്രതിനിധിയുടെ ഫോട്ടോയിൽ
ഞാൻ ഓർക്കുന്നു
അവന്റെ പൈശാചിക സിഗററ്റിന്റെ
നിപുണതയാർന്ന ചാരം
അവന്റെ കൈപ്പടയിലെ കൂട്ടുചേരാത്ത അക്ഷരങ്ങൾ
ചകിതം, സ്വതന്ത്രം, ദൃഢം, ഊർധ്വം.
ഇടത്തോട്ടു ചരിഞ്ഞത്
ഞാൻ അനുസ്മരിക്കുന്നു

കട്ടി റബ്ബറും സ്വർണവും കൊണ്ടു നിർമ്മിച്ച
അവന്റെ ഫൗണ്ടൻ പേന–നീളം കുറഞ്ഞ,
കറുത്ത, തടിച്ച 'പെലിക്കൻ.'
ഞാൻ അനുസ്മരിക്കുന്നു
അവന്റെ ബെൽറ്റ്കൊളുത്തിലെ രണ്ട് അക്ഷരങ്ങൾ,
(അതോ, അത് ഒന്നായിരുന്നോ? എനിക്കറിയില്ല;
എന്റെ ഓർമ്മ നന്നല്ല, ഇവിടെ അതു സഹായകമല്ല,
ഒരുപക്ഷെ ഒരൊറ്റ അക്ഷരം, ഒരു വലിയ R,
ഒരുപക്ഷെ അതു നല്ല തീർച്ചയില്ല.....)
ഞാൻ അനുസ്മരിക്കുന്നു
അവന്റെ ടൈകൾ, കാലുറകൾ, കൈലേസുകൾ
ഞാൻ അനുസ്മരിക്കുന്നു
അവന്റെ താക്കോൽ, തുടൽ, പുസ്തകങ്ങൾ, സഞ്ചി
(ഒരു മന്ത്രിയുടെ ഉൽക്കർഷേച്ഛുവായ തുകൽസഞ്ചി)
ഞാൻ അനുസ്മരിക്കുന്നു
സമാഹരിക്കാത്ത കവിതകൾ,
വാദപ്രതിവാദങ്ങൾ,
കറുത്തവരെക്കുറിച്ചുള്ള അവന്റെ കുറിപ്പുകൾ.....
ഒരുപക്ഷെ, ഇതെല്ലാം അവനോടൊപ്പം മരിച്ചിരിക്കും....
അല്ലെങ്കിൽ കൂടിവന്നാൽ കുടുംബ കാഴ്ചബംഗ്ലാവിനുള്ള
വകയായിക്കാണും, ഞാൻ പക്ഷെ അതു സൂക്ഷിക്കുന്നു,
എനിക്കതെല്ലാമോർമ്മയുണ്ടെന്നു ഞാൻ പ്രഖ്യാപിക്കുന്നു.
പിന്നെ ബാക്കി കാര്യങ്ങളൊക്കെ എങ്ങനെ,
മറ്റേ കാര്യം, അതിനെപ്പറ്റി സുഹൃത്തേ നാമെന്തുപറയാൻ?
ഓ, അതെല്ലാം അപ്പടിതന്നെ, അതിനു മാറ്റമില്ല.
അത് അവിടെയുണ്ട്, അതു നിൽക്കുന്നു,
എല്ലാവരും വായിച്ചു വായിച്ചു വായിക്കുന്ന
കല്ലുകൊണ്ടുള്ള ഭീമാകാരമായ ഒരു പേജ്,
ഒരു വലിയപേജ് പഠിച്ചുകഴിഞ്ഞു വീണ്ടും പഠിക്കുന്നു.
ഓരോരുത്തനും അതു കാണാതറിയാം.
ആരും ഒഴിവാക്കാത്ത
പിന്നോട്ടു മറിക്കാത്ത, കീറിക്കളയാത്ത,
ഗംഭീരമായ തുറന്ന ഹെയ്റ്റി പുസ്തകത്തിൽനിന്ന്
ഗംഭീരമായ ആ തുറന്ന പുസ്തകത്തിൽനിന്ന്
അതേ രക്തരൂഷിത ഹെയ്റ്റിപേജ്,
മുന്നൂറുകൊല്ലം മുമ്പത്തെ അന്യാദൃശമായ,
തുറന്നുവച്ച ഭീകരമായ ഏകപേജ്!

ആദ്യത്തെ കറുത്തവന്റെ തോളിന്മേൽ രക്തം.
അവതരണഗീതത്തിന്റെ ശ്വാസകോശത്തിൽ രക്തം.
ലെ ക്ലാർക്കിന്റെ വിറയ്ക്കുന്ന
പനിപിടിച്ച കൈകളിൽ രക്തം.
ദാഹിക്കുന്ന മുപ്പതു പട്ടികളുള്ള
റൊഷാംബോയുടെ ചാട്ടയിൽ രക്തം.
വോൺട്-റൂഷിൽ രക്തം.
ലാഡിറ്റാഡല്ലിൽ രക്തം.
യാങ്കികളുടെ ചെരുപ്പുകളിൽ രക്തം.
ത്രൂഹിയോക്കത്തിയിന്മേൽ രക്തം.
ആകാശത്തു രക്തം, കടലിൽ, കുന്നുംപുറത്തു രക്തം.
ആറ്റിലും മരങ്ങൾക്കുള്ളിലും രക്തം.
ആകാശത്തും രക്തം.
(ഈ കവിതയുടെ നായകനായ ഷാക്തന്നെ
രക്തരൂഷിതമായ ഒരു സ്പഞ്ച്* ആണ് ഹെയിറ്റ്
എന്നിങ്ങനെ പിറുപിറുക്കുമായിരുന്നു
എന്നുപറയാൻ ഞാൻ മറന്നുപോയി)
ഇനിയിപ്പോഴാരുവരും സ്പഞ്ച് ഞെക്കുവാൻ,
ദാഹിക്കുന്ന ഈ സ്പഞ്ച്? ശതാബ്ദങ്ങളുടെ ക്രോധം
ഉൾക്കൊള്ളുന്ന അവൻ തന്നെയാകാം ഒരുപക്ഷേ-
അത്? സ്വപ്നതുല്യമായ ഹസ്തങ്ങളുള്ള
അവൻതന്നെ ആയിരിക്കാമത്, ദിവ്യമായ
ശക്തിയുള്ള അവൻതന്നെ ആയിരിക്കാമത്.
അവൻ, ശ്രീമാൻ ഷാക് റൂമൈൻ,
-കറുത്ത ചക്രവർത്തിക്ക്
കറുത്ത രാജാവിന്, കറുത്ത രാഷ്ട്രപതിക്കുവേണ്ടി
അവൻ സംസാരിച്ചു-
ഷാൻ
പിയേർ
വിക്തോർ
കാൻഡീഡ്
ഷൂൾ
ചാൾസ്
എത്തിയേൻ
റെയ്മണ്ട്

---

* Sponge

ആന്ദ്രേ–
ഷാങ്–ദ്–മാസിലും
പെറ്റിയോൺ വില്ലിലേക്കു പോകുന്ന തവിട്ടുനിറവും
ഇളംചൂടുമുള്ള വീഥിയിലും
അല്ലെങ്കിൽ അതിനപ്പുറം കെൻസ്കോഫിലേക്കുള്ള
തണുത്ത, വെളുത്തറോഡിലും നഗ്നപാദരായ കറുത്തവർ,
ഇതുവരെ ജനിക്കാത്ത കറുത്തവർ,
നിഴലുകൾ, ഭൂതങ്ങൾ,
കരിമ്പിന്റെയും കാപ്പിയുടെയും തളർന്ന പ്രേതങ്ങൾ,
ആകാംഷനിറഞ്ഞ, പറിച്ചുകീറുന്ന, നനഞ്ഞുകുതിർന്ന
ആദിമ സസ്യമാംസം.
സ്പഞ്ച് ഞെക്കിയെടുക്കാൻ അവൻ വരും
ആ സ്പഞ്ച് ഞെക്കിയെടുക്കാൻ അവൻ വരും
അപ്പോൾപിന്നെ ഭൂമിയുടെ ഞരമ്പുകൾ പൊട്ടുന്നതും
ഭീരുവായ കടൽ ചെമക്കുന്നതും
ആന്റിലീസിലെ രൂക്ഷമായ സൂര്യന് കാണേണ്ടിവരും.
കഴുത്തുപട്ടയും തുടലുമില്ലാത്ത വിശുദ്ധമായ കഴുത്തുകൾ
ആത്മാക്കളായിട്ടില്ലാത്ത, വേദനിക്കുന്ന മാംസംമാത്രം
ധീരമായി നീങ്ങുന്ന
ജനസമുദ്രത്തിൽ പൊങ്ങിയൊഴുകുന്നത്
കാണേണ്ടിവരും,
ചുളിഞ്ഞുകുത്തുന്ന ചൂടിന്റെ ഉയർന്നുപാറുന്ന ജ്വാല
സമതലത്തിൽനിന്നും മേഘാവൃതമായ
കൊടുമുടിയിലേക്ക്
നിശിതമായ നാക്കുകളിൽ നിന്നു മിന്നിപ്പടരും
ഓ... എരിയുന്ന കാലത്തിന്റെ പ്രഭാതമേ!
ഓ... കടലേ, ചോരനിറഞ്ഞു വഴിയുന്ന കടലേ!
ഇന്നലെയുടെ ഭൂതകാലം പോയ്ക്കഴിഞ്ഞില്ല;
നവീകൃത ജീവിതത്തിനുവേണ്ടി
പുതുജീവൻ മോഹിക്കുന്നു!
എന്റെ വിദൂരസ്ഥസുഹൃത്തേ, ഷാക്...
അങ്ങനെയാണ് ഞങ്ങളിപ്പോൾ
നീ പോയതുകൊണ്ടുമാത്രം,
നിന്നെയവർ കൊണ്ടുപോയതുകൊണ്ടുമാത്രം–
നിന്റെ വഴിമുടക്കിയെന്നാണു ഞാൻ പറയേണ്ടത്–
ആരുംതന്നെ വേഗം കുറച്ചിട്ടില്ല, വേഗം കുറച്ചിട്ടില്ലാരും
ചിലപ്പോൾ വലിയ തണുപ്പാണ്,

അതു ശരി, ചിലപ്പോൾ
ഒരു വെടിപൊട്ടൽ ഞങ്ങളുടെ ചെവിയടയ്ക്കും, ചിലപ്പോൾ
ദ്രാവകമായ, വിലപിക്കുന്ന, നിലവിളിക്കുന്ന,
മരണംനിറഞ്ഞ
അന്തരീക്ഷത്തിന്റെ മണിക്കൂറുകൾ ഉണ്ടാകാറുണ്ട്.
മറ്റുചിലപ്പോൾ മൃഗീയമായ ചുറ്റികയടികൊണ്ട്
ഒരു പാലം തകർന്ന് ഒരു നദി വികലമാകാറുണ്ട്
പക്ഷെ ഓരോ നെടുവീർപ്പിലും ഒരു കുഞ്ഞുജനിക്കുന്നു.
ഓരോ ദിവസവും രാത്രി ശൂന്യതയെ സമ്പന്നമാക്കുന്ന
പ്രത്യാശയുടെ മഞ്ഞ സൂര്യന് ജന്മം നൽകുന്നു.
വഴങ്ങിക്കൊടുക്കാത്ത വിഭവത്തെ ചക്കുകല്ലു ചവയ്ക്കുന്നു.
ഗോതമ്പുകതിരുകൾ കരുത്തോടെ നീണ്ടു വളരുന്നു.
സങ്കീർത്തനങ്ങളെ ചുവന്ന കൊടിക്കൂറകൾ മൂടുന്നു.
നോക്കൂ–
കീഴടക്കപ്പെട്ട ശത്രു പൊടിയും
കൂറയുമണിഞ്ഞു വന്നെത്തുന്നു.
പ്രാരംഭ ദിനങ്ങൾ കണ്ണഞ്ചിപ്പിക്കുന്ന
ഗ്രീഷ്മസൂര്യനെ അവതരിപ്പിക്കുന്നു.
അങ്ങനെ വരൂ മരണമടഞ്ഞ എന്റെ
ധീരസൗമ്യനായ ഹെയ്റ്റിക്കാരാ,
ശക്തമായ കൊടുങ്കാറ്റിനൊത്ത നിന്റെ മുഷ്ടി
ഒരിക്കൽക്കൂടി ഉയർത്തൂ;
സഹോദരാ, നമുക്കു നമ്മുടേതായ സൗഹൃദഗാനം പാടാം!
പഴയ കുന്തം കൊണ്ടുതന്നെ പഴങ്ങൾ വിരിയുന്നു.
നമ്മുടെ കൈയിൽ പൊന്നുപോൽ പ്രത്യാശ തെളിയുന്നു.
ധീരമായ് തിട്ടമായ് നമ്മുടെ പുലരിയെത്തുന്നു.
നമ്മുടെ താരം, നമ്മുടെ പാത, നമ്മുടെ ചരിത്രം
രാത്രിയുടെ സൗരഭ്യത്തിൽ
അനാവൃതമാകുന്നതു കണ്ടുകൊണ്ട്
പുതിയ, ശക്തമായ നൂറ്റാണ്ടുകൾക്കായി നമുക്കു പാടാം.
നമുക്കു പാടാം, പ്രിയപ്പെട്ടവനേ,
–യജമാനന്റെ കൈയിൽനിന്നു പറിച്ചെടുത്ത ചാട്ടവാർ
മണ്ണിൽ ചവിട്ടിത്താഴ്ത്തിക്കൊണ്ട്–
ആരും ഇതുവരെ പാടാത്ത പാട്ട്;
(പഴയകുന്തം കൊണ്ടുതന്നെ പഴങ്ങൾ വിരിയുന്നു)
വിടർത്തിയ കൊടിക്കൂറപോലെ ജീവനുള്ള പാട്ട്
(നമ്മുടെ കൈയിൽ പൊന്നുപോൽ പ്രത്യാശ തെളിയുന്നു)

ഈ ലോകത്തിനപ്പുറം നിഴൽ നിറഞ്ഞ
നിന്റെ കണ്ഠത്തിൽനിന്ന്
(ധീരമായ് തിട്ടമായ് നമ്മുടെ പുലരിയെത്തുന്നു)
ചോരപുരണ്ട എന്റെ ഭൗമികമായ
ചെമ്പുകാഹളത്തിലേക്ക്.